AF107769

കഥാനവകം

മലയാളത്തിന്റെ ഇഷ്ടകഥകൾ

അഷ്ടമൂർത്തി

കഥാനവകം

മലയാളത്തിന്റെ ഇഷ്ട കഥകൾ

അഷ്ടമൂർത്തി

ഗ്രീൻ ബുക്സ്

green books private limited
gb building, civil lane road, ayyanthole,
thrissur- 680 003, kerala, ph: +91 487-2381066, 2381039
website: www. greenbooksindia. com
e-mail: info@greenbooksindia. com

malayalam
kathanavakam
malayalathinte ishtakathakal
story
by
ashtamoorthy

first published september 2017
copyright reserved

cover design : rajesh chalode

branches:
thrissur 0487-2422515
palakkad 0491-2546162
kannur 0497-2763038
thiruvananthapuram 8589095301

isbn : 978-93-86440-89-1

---

no part of this publication may be reproduced,
or transmitted in any form or by any means,
without prior written permission of the publisher.

GBPL/954/2017

മുഖക്കുറി

ഗ്രീൻബുക്സ് പ്രസിദ്ധീകരിച്ച മലയാളത്തിന്റെ സുവർണകഥകൾക്ക് വായനക്കാരിൽ വലിയ സ്വാധീനമുണർത്താൻ കഴിഞ്ഞു. കേരളത്തിലെ നവോത്ഥാന കാലഘട്ടത്തിലേയും ആധുനിക കാലഘട്ടത്തിലേയും എഴുത്തുകാരെയാണ് സുവർണകഥകൾ പ്രതിനിധീകരിക്കുന്നതെങ്കിൽ 'ഇഷ്ടകഥ'കളിൽ അണിനിരക്കുന്നത് നവോത്ഥാനാന്തര കാലഘട്ടത്തിലെ കഥയെഴുത്തുകാരാണ്. കഥയ്ക്ക് ഒരു സാർവദേശീയ ഭാഷയുണ്ട്. എവിടെയുമുള്ള മനുഷ്യരോടും അത് ദേശാതിരുകൾക്കപ്പുറത്ത് സംസാരിക്കുന്നു. തന്റെ ചിന്തകളെ കഥാപരമായി രൂപപ്പെടുത്തുക എന്ന അറിവാണ് കഥയെഴുത്തിന്റെ രസതന്ത്രം. നല്ല കഥയെ കണ്ടെത്താൻ സാമാന്യ ബുദ്ധി മതിയാകും. അതിൽ സ്പഷ്ടമായ വിധം തെളിഞ്ഞ ചിന്തയുമുണ്ടാകും. സുവർണകഥകളും ഇഷ്ടകഥകളും കഥയെഴുത്തിന്റെ ഈടുറ്റ വഴികളെ പ്രഖ്യാപിക്കുകയും ഭാഷയിൽ കഥയുടെ വഴി വെട്ടിത്തെളിയിക്കുകയും ചെയ്യുന്നു.

കൃഷ്ണദാസ്
മാനേജിങ് എഡിറ്റർ

കഥയും ഞാനും
അഷ്ടമൂർത്തി

- കഥാരചനയിലേക്ക് വന്ന കാലം:

പലരും കവിതയായാണ് എഴുത്തു തുടങ്ങിയതെന്നു കേട്ടി ട്ടുണ്ട്. എന്റെ കാര്യവും അതു തന്നെ. കവിത പക്ഷേ എനിക്കു വഴങ്ങുന്നതല്ല എന്ന് വളരെ വേഗം മനസ്സിലായതുകൊണ്ട് അധികദൂരം പോയില്ല. കുട്ടിക്കാലത്ത് ഒന്നിനു പിന്നാലെ മറ്റൊന്നായി കഥകളെഴുതിക്കൂട്ടി. അതിന്റെ നിലവാരത്തേപ്പറ്റി യൊന്നും ഒരുറപ്പുമുണ്ടായിരുന്നില്ല. ഭാഗ്യത്തിന് അവയൊന്നും ആർക്കും അയച്ചു കൊടുത്തില്ല.

പിന്നെ എഴുപതുകളുടെ തുടക്കത്തിൽ മാതൃഭൂമി ആഴ്ചപ്പതിപ്പ് നടത്തിയ വിഷുപ്പതിപ്പ് മത്സരത്തിലേയ്ക്ക് കഥ അയച്ചു കൊടുത്തുവെങ്കിലും സമ്മാനം കിട്ടിയില്ല. പക്ഷേ അത് കഥ യെഴുത്തിൽ ഒരു വഴിത്തിരിവായിരുന്നു. എന്റെ ഒപ്പമുള്ള വരൊക്കെ എഴുതിയ കഥകൾ കണ്ട് എന്റെ കണ്ണു തള്ളി. എൻ. എസ്. മാധവൻ, സി. ആർ. പരമേശ്വരൻ, സുമിത്രാവർമ്മ, കുമാരി ചന്ദ്രിക (പിന്നീട് ചന്ദ്രമതി), എൻ. ഉഷ, എൻ. ചന്ദ്രിക എന്നിവരെയൊക്കെ വായിക്കുന്നത് അപ്പോഴാണ്. അവരൊക്കെ എത്ര നന്നായി എഴുതുന്നു! ആ ഷോക്കിൽ കുറെ കാലം കഥയെഴുതാൻ ധൈര്യം കിട്ടിയില്ല. ഏകദേശം പത്തു കൊല്ല മൊക്കെ കഴിഞ്ഞാണ് പിന്നെ കഥയെഴുതിയത്. ആദ്യത്തെ കഥ തന്നെ മാതൃഭൂമി ആഴ്ചപ്പതിപ്പ് പ്രസിദ്ധപ്പെടുത്തി. അത് വലിയ തോതിലുള്ള ആത്മവിശ്വാസമുണ്ടാക്കി.

- നോവൽ, ചെറുകഥ എന്നീ സാഹിത്യരൂപങ്ങളെക്കുറിച്ച്:

നോവലെഴുത്തും ചെറുകഥയെഴുത്തും തികച്ചും രണ്ടു സാഹിത്യരൂപങ്ങളാണ്. കഥയെഴുത്തിലേക്ക് കാര്യമായി തിരിയുന്നതിനു മുമ്പ് എഴുതിയത് നോവലാണ്. 'റിഹേഴ്സൽ ക്യാമ്പ്' എന്ന ആ നോവലിന് കുങ്കുമം അവാഡ് കിട്ടി.

നേരിട്ടുണ്ടായ ഒരനുഭവമാണ് ആ നോവലിന്റെ പശ്ചാത്തലം. അത് അധികം ബുദ്ധിമുട്ടൊന്നും കൂടാതെ എഴുതിത്തീർത്തു. പിന്നെയും മൂന്നോ നാലോ കൊല്ലത്തിനു ശേഷമാണ് കഥയെഴുത്തു തുടങ്ങിയത്. ചെറുകഥയുടെ ചട്ടക്കൂടിൽ ഉറച്ചുപോയതോടു കൂടി നോവലെഴുതാൻ കഴിയാതായി. രണ്ടും എളുപ്പമാണെന്നു തോന്നിയിട്ടില്ല. നീളം കുറവാണല്ലോ ചെറുകഥയ്ക്ക് എന്നൊക്കെ വാദിയ്ക്കാമെങ്കിലും എഴുതി ഫലിപ്പിക്കുക ദുഷ്കരം തന്നെ. ഓരോ കഥയും ഒരു വെല്ലുവിളിയാണ്. എങ്ങനെ ഫലപ്രദമായി പറയും എന്നതു തന്നെ പ്രശ്നം. നോവലാണെങ്കിൽ ഇപ്പോൾ അതിന്റെ വലിപ്പം ഒന്നു കൊണ്ടു മാത്രം ആലോചിക്കാൻ പോലും ധൈര്യം തോന്നുന്നില്ല.

- കഥാ വിമർശനം:

കഥാവിമർശനം ഒക്കെ ഉണ്ടായിരുന്നു എന്നു ഭൂതകാലത്തിൽ പറയണം. ഇപ്പോൾ അങ്ങനെ വല്ലതുമുണ്ടോ? അറിയില്ല. അതിനു തക്കവണ്ണം കോപ്പുള്ള കഥകൾ ഉണ്ടാവാത്തതാണോ എന്നറിയില്ല. അതിപ്രശസ്തരായവരുടെ കഥകളുടെ പഠനങ്ങൾ വീണ്ടും വീണ്ടും വരുന്നുണ്ടെന്നു തോന്നുന്നു. പുതിയ കഥയെക്കുറിച്ചോ പ്രവണതകളേക്കുറിച്ചോ ആരെങ്കിലും എഴുതിയിട്ടുണ്ടോ? എന്റെ ശ്രദ്ധയിൽപ്പെട്ടിട്ടില്ല. അല്ലെങ്കിൽ കഥ വായിക്കാൻ തന്നെ സമയമില്ലാത്തപ്പോൾ അതിനുള്ള വിമർശനമൊക്കെ ആരു വായിക്കാൻ?

- കഥയുടെ ക്രാഫ്റ്റ്:

ക്രാഫ്റ്റ് ആയല്ല. വല്ലാതെ ക്രാഫ്റ്റിൽ അഭിരമിക്കാൻ തുടങ്ങിയാൽ അവിടെ കഥയുണ്ടാവില്ല. ക്രാഫ്റ്റ് കൊണ്ടു മാത്രം കഥ നിലനിൽക്കില്ല എന്നാണ് എന്റെ വിശ്വാസം. അതിൽ തീർച്ചയായും കഥ വേണം. ആശയാവിഷ്കരണം എന്നു പറയുമ്പോൾ തെറ്റിദ്ധരിക്കാൻ ഇടയുണ്ട്. എന്തെങ്കിലും ആശയം പ്രചരിപ്പിക്കാൻ വേണ്ടി കഥയെഴുതുന്നതിനോട് എനിക്കു മതിപ്പില്ല. കഥ അതൊന്നുമാവരുത്. വായിക്കുന്ന ആളെ എവിടെയെങ്കിലും ഒന്നു സ്പർശിക്കാൻ കഴിഞ്ഞില്ലെങ്കിൽ കഥ കൊണ്ടു കാര്യമില്ല. വായിച്ചു കഴിഞ്ഞാൽ കുറച്ചു നേരത്തേക്ക് വായനക്കാരന് വേറെ ഒന്നും ചെയ്യാനോ ചിന്തിക്കാനോ വയ്യാത്ത നിലയിലാവണം. മാത്രമല്ല, അത് അയാളുടെ മനസ്സിനെ അല്പമെങ്കിലും ശുദ്ധീകരിക്കുകയും വേണം. നന്മ പ്രസരിപ്പിക്കുന്നതാവണം കഥ.

- എഴുത്തിനെക്കുറിച്ച്:

തൊട്ടു മുമ്പുള്ള തലമുറ എന്നു പറഞ്ഞാൽ എഴുപതുകളിലുണ്ടായിരുന്ന ആധുനികകഥാകാലം ആണ് ഉദ്ദേശിക്കുന്നത് എന്നു വിചാരിക്കണം. ഒ.വി. വിജയൻ, എം. മുകുന്ദൻ, കാക്കനാടൻ, സക്കറിയ, എം.പി. നാരായണപിള്ള, കെ.പി. നിർമ്മൽ കുമാർ തുടങ്ങിയ മഹാരഥന്മാരുടെ കാലഘട്ടം. അവരുടെ കഥകൾ വായിച്ചുകൊണ്ടാണ് ഞങ്ങൾ കഥാരംഗത്തേക്കു കാലെടുത്തു വെയ്ക്കുന്നത്. വല്ലാതെ ഭ്രമിപ്പിച്ചുകളഞ്ഞതാണ് അവരുടെ എഴുത്ത്. അങ്ങനെയൊരു കാലം അതിനു മുമ്പോ പിന്നീടോ ഉണ്ടായിട്ടുണ്ടെന്നു തോന്നുന്നില്ല. പക്ഷേ ഞങ്ങൾ അവരുടെ വഴിയിൽനിന്നു മാറി നടക്കാനാണ് ശ്രമിച്ചത്. കഥയിലേക്ക് കൂടുതൽ ജീവിതം കൊണ്ടുവരാൻ ഞങ്ങളുടെ തലമുറയ്ക്കു കഴിഞ്ഞു എന്നു വിശ്വസിക്കുന്നു. മുൻഗാമികളുടെ തലപ്പൊക്കം ഞങ്ങൾക്കു കിട്ടിയിട്ടുണ്ടാവില്ല. എന്നാലും ഞങ്ങളുടെ സാന്നിദ്ധ്യം ആർക്കും തള്ളിക്കളയാനാവാത്തവണ്ണം ബലിഷ്ഠമായിരുന്നു.

- ഇഷ്ട കഥാകാരൻ:

ഇഷ്ടകഥാകാരൻ എന്നു ചോദിച്ചാൽ പറയാൻ വിഷമമാണ്. കഥാകാരിയെയാണ് ഉദ്ദേശിക്കുന്നതെങ്കിലോ? മലയാളത്തിലെ ഏറ്റവും നല്ല കഥാകൃത്ത് ആര് എന്നും ഒരാളുടെ പേരു മാത്രമേ പറയാൻ പാടുള്ളു എന്നും ആണ് നിബന്ധനയെങ്കിൽ ഞാൻ മാധവിക്കുട്ടിയുടെ പേരാണ് പറയുക. അവരോളം എന്നെ അദ്ഭുതപ്പെടുത്തിയ എഴുത്തുകാരനോ എഴുത്തുകാരിയോ വേറെയില്ല. ഇനി മാധവിക്കുട്ടിയുടെ ഒരു കഥ തിരഞ്ഞെടുക്കാൻ പറഞ്ഞാൽ അത് ബുദ്ധിമുട്ടാണെന്നു ഞാൻ പറയും. നെയ്പ്പായസം, സ്വയംവരം, പക്ഷിയുടെ മണം, കീറിപ്പൊളിഞ്ഞ ചകലാസ്, കോലാട്... പട്ടിക തുടങ്ങുന്നതേയുള്ളു. എങ്ങനെയാണ് ഇതിൽനിന്ന് ഒരു കഥയുടെ പേരു മാത്രം പറയുക?

- വർത്തമാനകഥ:

ഇന്ന് മലയാള കഥ എന്നത്തേക്കാളും നല്ല ഒരു സമയത്തിലൂടെയാണ് കടന്നുപോയിക്കൊണ്ടിരിക്കുന്നത് എന്നു തോന്നുന്നു. എസ്. ഹരീഷ്, വിനോയ് തോമസ്, മനോജ് വെങ്ങോല, പി.വി. ഷാജികുമാർ തുടങ്ങി എത്രയെത്ര ചെറുപ്പക്കാരാണ് ഇപ്പോൾ കഥയുടെ ദീപശിഖയേന്തി മുന്നോട്ടു നടക്കുന്നത്! ഇത് ഇവരിലും അവസാനിക്കില്ല. ചെറുകഥയുടെ

ആകാശം എത്രയോ വിശാലമാണ്. അതിൽ ഉയർന്നു പറക്കാൻ ഇനിയും എത്രയോ എഴുത്തുകാർ ഉണ്ടാവും, ഉണ്ടായിക്കൊണ്ടേ യിരിക്കും.

- എഴുത്തും പ്രസാധനവും:

ഈ നൂറ്റാണ്ടിന്റെ ആരംഭത്തോടെ പ്രസാധനം അത്ര വലിയ ഒരു പ്രശ്നമല്ലാതായിട്ടുണ്ട്. സാങ്കേതികവിദ്യയുടെ കുതിച്ചു ചാട്ടം തന്നെ പ്രധാന കാരണം. ഇന്ന് ആർക്കും പുസ്തകം സ്വയം പ്രസാധനം ചെയ്യാം എന്ന നില വന്നിട്ടുണ്ട്. മികച്ച രീതിയിൽത്തന്നെ. ഓൺലൈൻ വഴി വിറ്റഴിക്കാനും ബുദ്ധിമുട്ടില്ല. ഇതുകൊണ്ടൊക്കെത്തന്നെ ഇന്ന് നിരവധി പുസ്തകങ്ങളാണ് ഇറങ്ങിക്കൊണ്ടിരിക്കുന്നത്. അത് എത്രകണ്ട് അഭിലഷണീയമാണ് എന്ന് അറിയില്ല. ഗുണമേന്മ നിർണയി ക്കുക എളുപ്പമല്ല. നമ്മുടെ ബുക് ഷെൽഫിൽ ഇന്ന് വേണ്ട തിലധികം പുസ്തകങ്ങളുള്ളതുകൊണ്ട് എല്ലാം വായിച്ചു തീർക്കുക എളുപ്പമല്ലാതായിട്ടുണ്ട്.

- ഇഷ്ടപ്പെട്ട കഥ:

കുറെയധികം കഥകൾ ഇഷ്ടമായിട്ടുണ്ട്. പേരുകൾ പറയുന്നില്ല. എഴുതിക്കഴിയുന്നതോടെ രചന അയാളുടേതല്ലാതായി മാറണം. പിന്നെയും അതിൽ കെട്ടിപ്പിടിച്ച് ഇരിക്കരുത്. സ്വന്തം രചന കളെക്കുറിച്ച് വാചാലനാവുന്നത് എനിയ്ക്കിഷ്ടമല്ല. അതൊക്കെ വായനക്കാരാണ് നിർണ്ണയിക്കേണ്ടത്. ∎

കഥകൾ

അലസതാവിരചിതം 13
അറകൾ 19
കഥാസാരം 27
പനി 35
രോഹിണി ഭട്ട് 46
സുധാകരന്റെ വീട് 56
താക്കോൽ 62
ഉസ്താദ് അമീർഖാൻ 70
വീടുവിട്ടു പോകുന്നു 81

അലസതാവിരചിതം

കത്തുകളുടെ മറ്റൊരു ശൃംഖലകൂടി തുടങ്ങുമ്പോൾ, വണ്ടി കൃത്യസമയത്തുതന്നെ എത്തി, യാത്ര സുഖമായിരുന്നു എന്നമട്ടിലുള്ള പതിവു വാചകങ്ങൾ ഏതായാലും ഒഴിവാക്കട്ടെ. പോരെങ്കിൽ അതൊക്കെ അച്ഛനയച്ച ടെലഗ്രാമിൽ ഉള്ളതാവുമല്ലോ.

ഞാനിരിക്കുന്നത് അച്ഛന്റെ ചാരുകസേരയിലാണ്. ഇതിപ്പോൾ ഇട്ടിരിക്കുന്നത് അമ്മിണിക്കുട്ടിയുടെ മുറിയിലാണ്. വെറുതെ ചാരിക്കിടന്ന് മയങ്ങാം. വല്ലതുമൊക്കെ വായിക്കാം. അതുമല്ലെങ്കിൽ ജനാലയിലൂടെ പുറത്തേക്കു നോക്കിയിരിക്കാം.

അച്ഛനും ഏട്ടനും ജോലിക്കു പോയിരിക്കുന്നു. അമ്മിണിക്കുട്ടി കോളേജിലും. അമ്മ അടുക്കളയിലാണ്. ഞാൻ ചെന്ന് വല്ലതുമൊക്കെ സഹായിക്കേണ്ടതാണ്. അടിച്ചുവാരിത്തുടക്കുകയും വെള്ളം കോരുകയുമൊക്കെ വേണ്ടതാണെന്ന് അമ്മ പറഞ്ഞു. എനിക്കാണെങ്കിൽ ഇവിടെയെത്തിയ നിമിഷം മുതൽ മടിയുടെ ലഹള. എന്നാലും ഇന്നുമുതൽ അമ്മിണിക്കുട്ടിയിൽനിന്ന് ആ ഭാരം ഏറ്റെടുത്തിട്ടുണ്ട്.

ഇവിടെയിരുന്നാൽ അമ്മിണിക്കുട്ടിയുടെ മേശയും അതിനു ചുവട്ടിൽ മയങ്ങിക്കിടക്കുന്ന പൊന്നുവിനെയും കാണാം. പൊന്നുവിനും ഇത് ആലസ്യത്തിന്റെ കാലമാണ്. എന്നാലും പൊന്നു എന്നേക്കാൾ ഭാഗ്യവതിയാണെന്നു തോന്നുന്നു. ഒന്നുമില്ലെങ്കിലും സുകുമാരത്തിന്റെ ദുസ്സാദ് അറിയേണ്ടല്ലോ. കുഴമ്പ് തേച്ചിരിക്കുകയും വേണ്ട.

രണ്ട്

ഒരു മാസികയിൽ വായിച്ചതാണ്. പലതരം ദാമ്പത്യങ്ങളുണ്ടത്രെ. അവയിലൊന്നാണ് പേപ്പർദാമ്പത്യം. അതു വായിച്ചപ്പോൾ നെടുങ്ങാടി മാഷ് ഒരിക്കൽ പറഞ്ഞത് വീണ്ടും ഓർത്തുപോയി. ഓർമ്മയുണ്ടോ? ഭാര്യയും ഭർത്താവും കൊല്ലത്തിൽ ഒരു മാസമെങ്കിലും പിരിഞ്ഞിരിക്കണമെന്ന്. പരസ്പരബന്ധനത്തിൽ നിന്ന് കുറച്ചു നാളത്തേക്കെങ്കിലും സ്വാതന്ത്ര്യം. അതു ശരിയാണെന്ന് എനിക്കും തോന്നുന്നു. ഈ വിരഹങ്ങളും പുനസ്സമാഗമങ്ങളുമല്ലേ നമ്മളെ കൂടുതൽക്കൂടുതൽ അടുപ്പിക്കുന്നത്.

ഇവിടത്തെ പ്രധാനവിശേഷം: ഇന്നു രാവിലെ പൊന്നു പ്രസവിച്ചു. ഇന്നലെ വൈകുന്നേരം അവൾ മുറികളിലൊക്കെ പരക്കം പാഞ്ഞുനടന്നു. പെറ്റുകിടക്കാൻ സ്ഥലം നോക്കുകയാണെന്ന് അമ്മ പറഞ്ഞു. ഒടുവിൽ കണ്ടുപിടിച്ചതോ, ഏട്ടന്റെ പുസ്തകങ്ങൾ വെക്കുന്ന റാക്കിന്റെ താഴത്തെ തട്ട്. അമ്മ തക്കസമയത്തുതന്നെ ഇടപെട്ടു. തളത്തിൽ ഒരു പീഞ്ഞപ്പെട്ടി കൊണ്ടുവെച്ചുകൊടുത്തു.

രണ്ടു കുട്ടികളുണ്ട്. എത്ര എണ്ണത്തിനെ പെറ്റു എന്നറിയില്ല. പ്രസവ രക്ഷയ്ക്ക് പെറ്റ കുട്ടികളെത്തന്നെ തിന്നുന്ന വർഗ്ഗമാണല്ലോ. വെറുതെ യല്ല ഇവറ്റകൾക്ക് ഒമ്പതു ജന്മം കൊടുത്തിരിക്കുന്നത്. എത്ര വട്ടം അമ്മ യുടെ ജീവൻ രക്ഷിച്ചിട്ടാണാവോ ഈ രണ്ടെണ്ണത്തിന് ഇപ്പോൾ ജന്മം കിട്ടിയിരിക്കുന്നത്.

അച്ഛന് ശുഷ്കാന്തി ഏറിയിരിക്കുന്നു. അല്ലെങ്കിൽത്തന്നെ ആപ്പീസിൽ നിന്നു വന്നാൽ ഉടനെ അന്വേഷിക്കുക പൊന്നുവിനെയാണ്. എനിക്ക് പൊന്നുവിനോട് അസൂയ തോന്നാറുണ്ട്. രാവിലെ പത്രം വായിക്കുന്ന അച്ഛന്റെ മടിയിൽ കയറിയിരിക്കുന്നതു കാണുമ്പോൾ പ്രത്യേകിച്ചും. എനിക്ക് അച്ഛന്റെ മടിയിൽ ഇരുന്ന ഓർമ്മതന്നെയില്ല. ചിലപ്പോൾ തോന്നും പൊന്നുവിനോടു കാണിക്കുന്ന സ്നേഹത്തിന്റെ ഒരംശംപോലും അച്ഛൻ എന്നോടു കാണിച്ചിട്ടില്ലെന്ന്.

മൂന്ന്

ഏട്ടൻ പൊതുജനക്ഷേമം അന്വേഷിക്കാൻ ഇറങ്ങിയിരിക്കുന്നു. അച്ഛൻ പതിവിന് വിപരീതമായി ആപ്പീസിൽനിന്ന് നേരത്തെ എത്തിയിരിക്കുന്നു. അമ്മിണിക്കുട്ടി പഠിക്കുന്നു. അമ്മ വിശ്രമിക്കുന്നു. എന്റെ വയറ്റിലാണ ങ്കിൽ തട്ടലും മുട്ടലും നടക്കുന്നു. ചിലപ്പോൾ ഞാനറിയാതെ വയറ്റത്ത് കൈവെച്ചുപോവും.

പകലൊക്കെ ഇപ്പോൾ ഒരു നേരമ്പോക്കുണ്ട്. പൊന്നുവിന്റെ കുട്ടികൾ കളിക്കുന്നതും നോക്കിയിരിക്കുക. പൂമുഖത്തേക്കുള്ള കർട്ടനിൽ പൊത്തിപ്പിടിച്ചു കയറാനുള്ള ശ്രമമാവും ചിലപ്പോൾ. മറ്റു ചിലപ്പോൾ രണ്ടുപേരും കൂടി വഴക്കിടുന്നതു കാണാം. വേഗം ഉണങ്ങാൻ വേണ്ടി തളത്തിൽ വിരിച്ച ഏട്ടന്റെ ബനിയൻ ഇന്നലെ രണ്ടുപേരും കൂടി കടിച്ചു വലിച്ച് കുറേശ്ശെക്കുറേശ്ശെയായി പൂമുഖത്തിന്റെ ഉമ്മറപ്പടിവരെയെത്തിച്ചു. മിനിയാന്നാണെന്നു തോന്നുന്നു. ഞാൻ കുട്ടികളുടെ കളികണ്ട് അങ്ങനെ ഇരിക്കുകയായിരുന്നു. ഏട്ടൻ പിന്നിൽ വന്നുനിന്നത് ഞാനറിഞ്ഞില്ല. നിനക്കു ധൃതിയായി ഇല്ല്യേ എന്ന് ഏട്ടൻ ചോദിച്ചപ്പോൾ എനിക്കു നാണം തോന്നി.

മിനിയാന്നു രാത്രി ഞാൻ പേടിച്ചു നിലവിളിച്ചു. കാരണമെന്താ ണെന്നോ? ഉറക്കമുണർന്നപ്പോൾ കിടക്കയിൽ പതുപതുത്ത എന്തിലോ

കൈ തടഞ്ഞു. ഞാനാകെ മരവിച്ചുപോയി. ഒരു വിധം എഴുന്നേറ്റ് അമ്മിണിക്കുട്ടിയെ വിളിച്ചുണർത്തി പൊന്നുവിനെയും കുട്ടികളെയും എടുത്ത് മുറിക്കു പുറത്താക്കി വാതിലടപ്പിച്ചു. എന്നാലും അവർ വീണ്ടും വരുമോ എന്ന പേടി കാരണം ഏറെനേരം ഉറങ്ങാതെ കിടന്നു. (ഈയിടെ യായി എന്റെ കാര്യം കഷ്ടമായിട്ടുണ്ട്. ഗൗളിയെ കണ്ടാൽക്കൂടി പേടി.) പിന്നെ ഉറങ്ങിയപ്പോൾ പൊന്നുവിനെ സ്വപ്നം കണ്ട് പലവട്ടം ഞെട്ടി യുണർന്നു. ഒരിക്കൽ എന്റെ വയർ അവൾ മാന്തിയെന്നും നമ്മുടെ കുട്ടി മരിച്ചുവെന്നുമൊക്കെ കണ്ട് കരഞ്ഞുണർന്നു.

അമ്മിണിക്കുട്ടിയെ വീണ്ടും വിളിച്ചുണർത്തി കട്ടിലിൽ കയറ്റിക്കിടത്തി. അവൾ ചോദിച്ചപ്പോൾ പേടിസ്വപ്നം കണ്ടു എന്നു മാത്രം പറഞ്ഞു. രാവിലെ പൊന്നു മുറിയിൽ വീണ്ടും പ്രത്യക്ഷപ്പെട്ടു. അതിനെ കൊല്ലണം എന്നുറക്കെ പറഞ്ഞുകൊണ്ടാണ് ഉണർന്നത്. അച്ഛനു കാപ്പി കൊടുത്ത് മടങ്ങുകയായിരുന്ന അമ്മ "ആരെ" എന്നു ചോദിച്ചു. മറുപടി പറയാൻ നില്ക്കാതെ ഞാൻ ഏട്ടന്റെ മുറിയിലേക്കു ചെന്നു. ഏട്ടൻ ഷർട്ട് ഇസ്തിരി യിടുകയായിരുന്നു. "ഏട്ടാ അവറ്റയെ കളയണം" എന്നു ഞാനെ ങ്ങനെയോ പറഞ്ഞൊപ്പിച്ചു. എന്റെ ഭാവം കണ്ട് ഏട്ടൻ പേടിച്ചുപോയിട്ടു ണ്ടാവും. ഒന്നും മിണ്ടാതെ തളത്തിൽ ചെന്നു. കുട്ടികളെയാണ് കൈയിൽ കിട്ടിയത്. രണ്ടിനെയും തൂക്കിപ്പിടിച്ച് മുറ്റത്തിറങ്ങി. ആൾത്താമസമില്ലാത്ത തെക്കേ വീടിന്റെ മുറ്റത്തേക്ക് കടത്തിയെറിഞ്ഞു.

പ്രാതൽ കഴിഞ്ഞപ്പോഴേക്കും എനിക്കു വിഷമമായി. ഏട്ടൻ ജോലിക്കു പോയിക്കഴിഞ്ഞിട്ടാവും പൊന്നു കയറിവരിക. കുട്ടികളെ അന്വേഷിച്ചു നടക്കുന്ന പൊന്നുവിനെ സങ്കല്പത്തിൽ കണ്ടു. ഞാൻ മുറ്റത്തിറങ്ങി തെക്കേ വീടിന്റെ മതിലിനടുത്തു ചെന്ന് എത്തിനോക്കി. കുട്ടികൾ രണ്ടു പേരും അവിടെത്തന്നെ പേടിച്ചരണ്ട് മുഖത്തോടുമുഖം നോക്കിനിൽ ക്കുന്നു. ഏട്ടൻ ജോലിക്കു പോവാനിറങ്ങുകയായിരുന്നു. "ആ കുട്ടികളെ ഇങ്ങോട്ടുതന്നെ കൊണ്ടുവന്നാക്കണം ഏട്ടാ" എന്ന് ഞാൻ പറഞ്ഞു. ഏട്ടനു ശുണ്ഠി വന്നതിൽ അദ്ഭുതമില്ല. ശകാരം പൊടിപാറി. ഞാൻ കരയാൻ തുടങ്ങി. അതു കണ്ട് ഏട്ടൻ ദേഷ്യം അടക്കിപ്പിടിച്ച് മതിൽ ചാടിച്ചെന്ന് കുട്ടികളെയെടുത്ത് പൂമുഖത്തു കൊണ്ടുവന്നിട്ടു. മതിൽ ചാടി യപ്പോൾ പാന്റ്സിൽ ചെളി പറ്റിയിട്ടും എന്നോടുള്ള ദേഷ്യം കാരണം പാന്റ്സ് മാറ്റാതെയാണ് ഏട്ടൻ പോയത്.

രാത്രി കിടക്കുന്നതിനുമുമ്പ് പാലുകുടിക്കാൻ ഞാൻ അടുക്കളയിൽ ചെന്നു ലൈറ്റിട്ടു. അപ്പോൾ പൊന്നുവുണ്ട് ഒരു മൂലയിലിരുന്ന് എന്നെ തുറിച്ചുനോക്കുന്നു. എനിക്കു പേടിയായി. ഒരു ചപ്പാത്തിക്കഷ്ണമെടുത്ത് ഞാനവൾക്ക് ഇട്ടുകൊടുത്തു. പൊന്നു അതു തിന്നാതെ എന്നെത്തന്നെ തുറിച്ചുനോക്കിക്കൊണ്ടിരുന്നു. ഞാൻ പൊന്നുവിന് പുറംതിരിഞ്ഞു നിന്നാണ് പാലു കുടിച്ചത്.

പൊന്നുപുരാണം ഏറുന്നുണ്ടെന്ന് ഞാനും സമ്മതിക്കുന്നു. ഈ നിത്യ ഹരിതഗ്രാമത്തിലിരുന്ന് ഞാൻ വേറെ എന്തിനെക്കുറിച്ചെഴുതാൻ?

നാല്

പൊന്നുവിന് ഇപ്പോൾ ഗമ കൂടിയിട്ടുണ്ട്. മിനിയാന്നു രാത്രി അച്ഛൻ കിടക്കാൻ ചെന്നപ്പോൾ അച്ഛന്റെ കിടക്കയിൽ പൊന്നുവും കുട്ടികളും സുഖമായി കിടന്നുറങ്ങുന്നു. അച്ഛന് തലവേദനകൊണ്ട് അല്ലെങ്കിൽ ത്തന്നെ ദേഷ്യം വന്നിരിക്കുകയായിരുന്നു. രണ്ടോച്ചയിട്ടപ്പോൾ പൊന്നു കുട്ടികളെയുംകൊണ്ട് താഴത്തിറങ്ങി. പൊന്നു മുറിവിട്ടുപോയപ്പോൾ അച്ഛൻ വലിയൊരു കുട്ടയെടുത്ത് കുട്ടികളെ അടച്ചിട്ടു. രാത്രി മുഴുവനും പൊന്നുവിനെ കണ്ടില്ല. ഇന്നലെ ഉച്ചയാവാറായപ്പോഴാണ് പ്രത്യക്ഷ പ്പെട്ടത്. കുട്ടികളെ തിരഞ്ഞ് മുറികളിലൊക്കെ നടന്നു. കുട്ടികളുടെ കരച്ചിൽ പിന്നീടാണ് കേട്ടത്. അവൾ കുട്ടയ്ക്ക് പലവുരു വലംവെച്ചു. ഞാനതു കണ്ടുകിടക്കുകയായിരുന്നു. പ്രദക്ഷിണം മതിയാക്കി എന്തു വേണം എന്ന് ആലോചിക്കുന്നതുപോലെ പൊന്നു മുറിയുടെ ഒരു മൂല യിൽ ചെന്നിരുന്നു. അപ്പോൾ ഞാൻ എല്ലാ ധൈര്യവുമുപയോഗിച്ച് അടുത്തുചെന്ന് കുട്ട തുറന്ന് കുട്ടികളെ പുറത്തുവിട്ടു. പൊന്നു എഴുന്നേറ്റു നിന്നു കരഞ്ഞു. കുട്ടികൾ അമ്മയുടെ അടുത്തേക്ക് ഓടിച്ചെന്നു. പൊന്നു ഒരു പ്രത്യേകശബ്ദമുണ്ടാക്കി മുറിവിട്ടുപോയി. പിന്നാലെ കുട്ടികളും. പൊന്നു ഒന്നുകൂടി ശബ്ദിച്ചു പൂമുഖത്തേക്കു നടന്നു. കുട്ടികളും ഒപ്പം. പിന്നെ മുറ്റത്തേക്കിറങ്ങി ഗേറ്റുകടന്ന് വഴിയിലേക്കിറങ്ങി. കുട്ടികളും പുറത്തു കടന്നപ്പോൾ ഞാൻ ചെന്ന് ഗേറ്റടച്ചു.

അച്ഛൻ ജോലി കഴിഞ്ഞുവന്നപ്പോൾ ആദ്യം ചോദിച്ചത് കുട്ടികളെ പ്പറ്റിയായിരുന്നു. ഞാൻ കഥയൊക്കെ പറഞ്ഞു. വേഷംപോലും മാറാതെ അച്ഛൻ മുറ്റത്തേക്കിറങ്ങി. ഗേറ്റു കടന്നു വഴിയിലൊക്കെ തിരഞ്ഞു. പിന്നെ തിരിച്ചുവന്ന് ഈ മതിൽക്കെട്ടിനുള്ളിൽ എവിടെയെങ്കിലും ഉണ്ടാവും എന്ന് ഉറപ്പു പറഞ്ഞു. മഴ ചാറുന്നുണ്ടായിരുന്നു. അച്ഛൻ വീടിനെ പലവുരു വലംവെച്ചു. ഇരുട്ടിയപ്പോൾ ടോർച്ചെടുത്തായി പ്രദക്ഷിണം. ഒടുവിൽ നിരാശനായി പൂമുഖത്തേക്കു കയറിയപ്പോൾ അച്ഛൻ സാമാന്യം നനഞ്ഞി ട്ടുണ്ടായിരുന്നു.

രാത്രി ഉണ്ണാനിരിക്കുമ്പോൾ അച്ഛനാകെ ഒരു മനോരാജ്യം. ഏട്ടനെ ന്തിനാണാവോ അച്ഛനോട് വഴക്കിടാൻ ഈ അവസരം തന്നെ തിരഞ്ഞെടു ത്തത്? പൊന്നുവും കുട്ടികളും ഇനി വീട്ടിൽ കാലുകുത്തിയാൽ മൂന്നെണ്ണ ത്തിനെയും കൊണ്ടുപോയി പുഴയിൽ വലിച്ചെറിയുമെന്നൊക്കെ പറഞ്ഞു ഏട്ടൻ. അമ്മിണിക്കുട്ടിയും ഏട്ടന്റെ കൂടെകൂടി. (അവൾക്കെന്തൊരു ധൈര്യമാണെന്നോ! അവളുടെ ഈ പ്രായത്തിൽ എനിക്ക് അച്ഛനോടെ ന്തെങ്കിലും ചോദിക്കാൻതന്നെ പേടിയായിരുന്നു.) അച്ഛൻ, പാവം,

മുഴുവനും കേട്ടുകൊണ്ടിരുന്നു. പിന്നെ അച്ഛന്റെ കുട്ടിക്കാലത്തേപ്പറ്റി പറഞ്ഞു. തറവാട്ടിൽ അര ഡസൻ കുട്ടികൾക്കൊപ്പമാണ് അച്ഛൻ വളർന്നത്. അടുക്കളയിലെ അന്തേവാസികളായി കുറിഞ്ഞിയും കുട്ടികളും ഉണ്ടായിരുന്നു അര ഡസൻ തന്നെ. കരിപിടിച്ച അട്ടത്തുകൂടെ അവർ അച്ചാലും പിച്ചാലും നടക്കുന്നതു കാണാം എപ്പോഴും. രാവിലെ എട്ടു മണിക്ക് മനുഷ്യക്കുട്ടികൾ എല്ലാവരും കഞ്ഞികുടിക്കാൻ അടുക്കളയിൽ വരിവരിയായി കിണ്ണം മുമ്പിൽവെച്ച് ഇരിക്കും. കുണ്ഡലിയിലാണ് കഞ്ഞി വെക്കുക. ചെറിയമ്മ വലിയകോരികകൊണ്ട് മുക്കി വിളമ്പും. ഒരിക്കൽ അച്ഛന്റെ കിണ്ണത്തിൽ കഞ്ഞിയോടൊപ്പം വെന്തുമലച്ച ഒരു?

അഞ്ച്

അടുക്കളയിൽ നിന്ന് അമ്മയുടെ വർത്തമാനം കേൾക്കുന്നു. അച്ഛൻ പറഞ്ഞു നിനക്കൊന്നും തരരുതെന്ന്. നീയെന്താ കുട്ട്യോളെ കൊണ്ടു പോയത്? അവരെ മടക്കിക്കൊണ്ടു വരുന്നതുവരെ ഇവിടെനിന്നു നിനക്കൊന്നും തന്നുപോവരുതെന്നാണ് അച്ഛന്റെ ഓർഡർ.

കാര്യം ഇതാണ്. കുട്ടികളെയും കൊണ്ടുപോയ പൊന്നു തിരിച്ചുവന്നത് തനിച്ചാണ്. അത് തന്റെ പേരിലുള്ള ഒരവിശ്വാസമായിട്ടാണ് അച്ഛനു തോന്നിയത്. കുട്ടികളെ അച്ഛനമ്മമാർ ശിക്ഷിക്കും. അതിന് മക്കൾ അവരോട് പരിഭവിക്കരുത് എന്നാണ് അച്ഛൻ പറഞ്ഞത്. എനിക്കെന്തോ അതു കേട്ടപ്പോൾ വിഷമം തോന്നി. അല്ലെങ്കിൽ എന്റെ മനസ്സ് എന്നാണ് സ്വസ്ഥമായിട്ടിരിക്കാറുള്ളത് അല്ലേ?

ആറ്

അമ്മിണിക്കുട്ടി വന്നു വിളിച്ചിട്ടാണ് ഇന്നു രാവിലെ ഞാനുണർന്നത്. കിഴക്കോറത്തിന്റെ മൂലയിലുള്ള തെങ്ങിൻകുഴിയിൽ പൊന്നുവിന്റെ ശവം കണ്ടത് അമ്മയാണ്. അതു ചെന്നുകാണാനുള്ള ധൈര്യം എനിക്കുണ്ടായില്ല. ഇന്നലെ രാത്രി പൊന്നുവിന്റെ കരച്ചിൽ കേട്ടത് എനിക്കോർമ്മ വന്നു. ഉറക്കത്തിൽ സ്വപ്നം കണ്ടതാണ് എന്നാണ് കരുതിയത്. പട്ടി കടിച്ചുകൊന്നതാണത്രേ. ഇവിടെനിന്നു പോയതിനുശേഷം ആൾത്താമസമില്ലാത്ത തെക്കേ വീടിന്റെ ഉമ്മറത്തായിരുന്നു പൊന്നുവും കുട്ടികളും താമസിച്ചത്. രണ്ടു ദിവസം തുടർച്ചയായി ചോറു കൊടുക്കാതിരുന്നപ്പോൾ പൊന്നുവും വരവു നിർത്തി. അഭിമാനിയായ അവൾ കുട്ടികളെ കൊണ്ടു വന്നതുമില്ല. കുട്ടികളെ തിന്നാൻ പട്ടി വന്നിട്ടുണ്ടാവുമെന്നും പൊന്നു അവരെ രക്ഷിക്കാൻ ശ്രമിച്ചിട്ടുണ്ടാവുമെന്നും അച്ഛൻ പറയുന്നു.

അച്ഛൻ ഇന്ന് ജോലിക്കു പോയിട്ടില്ല. കട്ടിലിൽ കയറിക്കിടപ്പാണ്. തല വേദനയാണെന്നു പറഞ്ഞു. പൊന്നുവിന്റെ ശവം ഏട്ടനെക്കൊണ്ട് കുഴിച്ചു മൂടിക്കഴിഞ്ഞ് അച്ഛൻ തെക്കേ വീടിന്റെ മുറ്റത്തു ചെന്നു. കാടു പിടിച്ച

ആ മുറ്റം മുഴുവൻ തിരഞ്ഞിട്ടും പൊന്നുവിന്റെ കുട്ടികളെ കണ്ടുകിട്ടിയില്ല. മടങ്ങിവന്ന അച്ഛൻ കാപ്പി പോലും കഴിക്കാതെ കയറിക്കിടന്നതാണ്. അച്ഛന്റെ കിടപ്പുകണ്ടിട്ട് അമ്മയ്ക്കും വിഷമമായിരിക്കുന്നു. അമ്മയും ഉച്ചയ്ക്ക് ഊണുകഴിച്ചില്ല. ഏട്ടൻ പതിവുപോലെ ജോലിക്കു പോയി. അമ്മിണിക്കുട്ടി കോളേജിലും. മരണം നടന്ന വീട്ടിലെ മൂകതയാണിവിടെ. എനിക്ക് ആകെ മുഷിയുന്നു.

അടുത്ത ബുധനാഴ്ച ആസ്പത്രിയിൽ പ്രവേശിപ്പിക്കണമെന്നാണ് ഡോക്ടർ പറഞ്ഞത്. തിങ്കളാഴ്ചതന്നെ അവിടെനിന്നു പുറപ്പെടുകയില്ലേ? ഇത് അതിനുമുമ്പ് അവിടെ കിട്ടുമെന്ന് കരുതുന്നു. ഈ വിപ്രലംഭ ശൃംഗാരപരമ്പരയിലെ ഒടുക്കത്തെ കണ്ണി.

■

അറകൾ

കോളിങ്ബെല്ലിന്റെ സ്വിച്ചിൽ വിരലമർത്തിയതും മുന്നിലെ വാതിൽ തുറക്കപ്പെട്ടതും ഒപ്പമായിരുന്നു. "വാതിലും പിടിച്ച് നില്ക്കായിരുന്നോ," ജയരാജൻ ചിരിച്ചുകൊണ്ട് അച്ഛന്റെ മുഖത്തു നോക്കി.

കോറിഡോറിലെ അരണ്ടവെളിച്ചത്തിൽ അച്ഛന്റെ മുഖം അയാൾക്കു വ്യക്തമായില്ല. അയാൾ അകത്തേക്കു കടന്നപ്പോൾ അച്ഛൻ പിൻവാങ്ങി. തനിക്കുപിന്നിൽ വാതിലടച്ച് ഇരിപ്പുമുറിയിലേക്കു കടക്കുമ്പോൾ അച്ഛൻ ചോദിച്ചു.

"എന്താ ഇത്ര വൈകീത്?"

"ഒന്നും പറേണ്ട അച്ഛാ," ബ്രീഫ്കേസ് അരികെ വെച്ച് ജയരാജൻ സോഫയിലിരുന്നു. "ഇപ്പോഴെങ്കിലും എത്താൻ പറ്റീലോ എന്നേയുള്ളൂ എനിക്ക്."

അയാൾ മകന്റെ സ്റ്റഡിടേബിളിലേക്കു നോക്കി. മേശപ്പുറത്ത് പുസ്തകങ്ങൾ ചിതറിക്കിടക്കുന്നു. ഒഴിഞ്ഞ കസേരയ്ക്കു താഴെ മുന യൊടിഞ്ഞ ഒരു പെൻസിൽ.

അച്ഛൻ അയാൾക്കെതിരെ ഇരുന്നു കഴിഞ്ഞിരുന്നു. അയാൾ നോക്കു ന്നതു കണ്ട് അച്ഛൻ പറഞ്ഞു.

"അവൻ താഴത്തു കളിക്കാൻ പോയിരിക്കാണ്. ദാ, പത്തു മിനിട്ടു മുമ്പു കൂടി വന്നു ചോദിച്ചു. അച്ഛൻ വന്നോന്ന്."

താഴെ പൂന്തോട്ടത്തിൽ ട്യൂബ് ലൈറ്റിന്റെ വെളിച്ചത്തിൽ കുറെ കുട്ടികൾ കളിക്കുന്നത് കണ്ടതാണ്, അയാളോർത്തു. കാലിന്റെ കടച്ചിലു കാരണം ഒന്നും ശ്രദ്ധിക്കാനുള്ള ക്ഷമയുണ്ടായില്ല.

അയാൾ ഒന്നും മിണ്ടാതെ ബ്രീഫ്കേസെടുത്തു മടിയിൽ വെച്ചു. അച്ഛൻ തുടർന്നു.

"ഞാനും കുറെ നേരായി കാത്തിരിക്കാൻ തുടങ്ങിയിട്ട്."

"രാവിലെ പതിനൊന്നുമണിക്കു തുടങ്ങിയതാണ് ലഹള," ജയരാജൻ പറഞ്ഞു. "ഇത്തവണ പൊലീസുകാരു തന്നെയാണ് തുടങ്ങിയിരിക്കുന്നത്.

ഉച്ചയ്ക്ക് രണ്ടുമണിയായി പട്ടാളം എത്തിയപ്പോൾ. പൊലീസുകാരുടെ കൈയിൽനിന്ന് തോക്കൊക്കെ പിടിച്ചെടുത്തിട്ടുണ്ട്."

"അതു പറഞ്ഞപ്പോഴാണ്," അച്ഛൻ പറഞ്ഞു. "അവൻ ഉച്ചമുതൽക്ക് കാത്തിരിക്കാണ്."

"മറന്നിട്ടില്ല; ഇന്നും കൊണ്ടുവന്നില്ലെങ്കിൽ കൊല്ലുന്നാ അവൻ പറഞ്ഞിരിക്കണ്," ജയരാജൻ ചിരിച്ചു. "ആപ്പീസിലേക്കു പോണ വഴിക്കുതന്നെ വാങ്ങി കൈയിൽ വെച്ചു. പിന്നേക്കു വെച്ചാൽ ഇന്നും കുന്താ യേനെ. പൊലീസുകാര് കൊള്ളയടിച്ചതുകൊണ്ട് കടകളൊക്കെ പൂട്ടി ഉച്ചയായപ്പോഴേക്കും."

അയാൾ ബ്രീഫ്കേസിൽ നിന്ന് ഒരു പൊതിയെടുത്ത് അച്ഛനു നേരെ നീട്ടി. അച്ഛൻ പക്ഷേ അതു വാങ്ങിയില്ല. ജയരാജൻ കൈയെത്തിച്ച് പൊതി മകന്റെ മേശപ്പുറത്തു വെച്ചു.

"പൊലീസുകാര് ലഹള തുടങ്ങാൻ എന്താ കാരണം?" അയാളുടെ അച്ഛൻ ചോദിച്ചു.

"ആർക്കാ നിശ്ശം," ബ്രീഫ്കേസിൽ നിന്ന് സായാഹ്നപത്രമെടുത്ത് അച്ഛനു കൊടുത്ത് അയാൾ തുടർന്നു. "ശമ്പളം കൂട്ടിക്കിട്ടാനാവും; അല്ലാണ്ടെന്തിനാ?"

അയാൾ അടുക്കളയിൽ ചെന്നു. ഫ്രിഡ്ജിൽ നിന്ന് തണുത്തുറഞ്ഞ പാത്രങ്ങൾ പുറത്തെടുത്തു വെച്ചു. ക്രിസ്പർ തുറന്നു നോക്കി. രണ്ടു ദിവസത്തിനുള്ള പച്ചക്കറി ധാരാളമുണ്ട്. അതേതായാലും നന്നായി. നാളെ പുറത്തിറങ്ങാൻ പറ്റുന്ന കാര്യം സംശയമാണ്.

ചായക്കപ്പുമായി ഇരിപ്പുമുറിയിലെത്തിയപ്പോൾ അച്ഛൻ സായാഹ്ന പത്രം വായിക്കുകയാണ്. ഇന്ന് പ്രഭാതത്തിലെ ക്രോസ്‌വേഡ് തന്നെയാവട്ടെ ചായയ്ക്കുള്ള അകമ്പടി. രാവിലെ സീറ്റ് കിട്ടാത്തതു കാരണം വണ്ടിയിൽ വെച്ചുചെയ്യാൻ പറ്റിയില്ല.

ബ്രീഫ്കേസിൽ നിന്ന് ക്രോസ്‌വേഡിന്റെ കഷണം പുറത്തെടുത്തു. ഈയിടെയായി അത് വെട്ടിയെടുത്തു കൊണ്ടുപോവുകയാണ് പതിവ്. ബാക്കി പത്രം അച്ഛനു വായിക്കാൻ വേണ്ടി ഇവിടെ ഇട്ടുപോവുന്നു.

"ശമ്പളം കൂട്ടിക്കിട്ടാൻ വേണ്ടിയൊന്നുമല്ല പൊലീസുകാരുടെ സമരം," അയാളുടെ അച്ഛൻ പറഞ്ഞു. ക്രോസ്‌വേഡിൽ മുഴുകിക്കഴിഞ്ഞിരുന്ന അയാൾ അച്ഛൻ പറഞ്ഞത് കേട്ടില്ല.

ആദ്യത്തെ നോട്ടത്തിൽത്തന്നെ തോന്നിയ വാക്കുകൾ പൂരിപ്പിച്ചു കഴിഞ്ഞപ്പോൾ ജയരാജന്റെ ആക്രാന്തമടങ്ങിയിരുന്നു. പേനത്തുമ്പ് കടിച്ചുപിടിച്ച് അയാൾ ആലോചിക്കുവാൻ തുടങ്ങി. വല്ലതും പറഞ്ഞാൽ കേൾക്കുന്ന ഘട്ടമായെന്ന് അയാളുടെ അച്ഛനറിഞ്ഞു.

"രാവിലെ ഒരു കാര്യം ഓർമ്മിപ്പിക്കാൻ മറക്കോ," അച്ഛൻ പറഞ്ഞു. "എന്റെ ഗുളിക ഇന്നലത്തോടെ കഴിഞ്ഞിരിക്കുന്നു."

“ഞാൻ വാങ്ങീട്ട്ണ്ട്,” ജയരാജൻ പറഞ്ഞു. “ഏകദേശം ദിവസം കണക്കാക്കീപ്പൊ വാങ്ങാറായിട്ട്ണ്ടാവുംന്ന് തോന്നി.”

അയാൾ ബ്രീഫ്കേസ് തുറന്ന് ഒരു പൊതിയെടുത്തു.

“ഫലം ഉണ്ടോന്നൊന്നും നിശ്ശല്യ,” പൊതി വാങ്ങുമ്പോൾ അയാളുടെ അച്ഛൻ പറഞ്ഞു. “ഇന്നലെ ഒറങ്ങീപ്പൊ നാലുമണ്യായി.”

വാതിലിൽ തുടരെത്തുടരെ ഇടി കേട്ടു. ഒപ്പംതന്നെ കോളിങ് ബെല്ലിന്റെ അലർച്ച. ജയരാജൻ എഴുന്നേറ്റു ചെന്ന് വാതിൽ തുറന്നു. മുഴുവൻ തുറക്കുംമുമ്പേ അയാളുടെ മകൻ അകത്തേക്കു തള്ളിക്കയറി. “റോഡിലൂടെ ഒരു ട്രക്ക് പാഞ്ഞുപോയി; നിറച്ച് പട്ടാളക്കാര്,” അയാളുടെ മകൻ നിന്നു കിതച്ചു. “ഞങ്ങൾ പേടിച്ച് കളിനിർത്തി പോന്നതാണ്.”

പൊടുന്നനെ അവന് ഓർമ്മ വന്നു. ജയരാജന്റെ കാലുകളിൽ കെട്ടിപ്പിടിച്ച് അവൻ ചോദിച്ചു.

“കൊണ്ടുവന്നിട്ടുണ്ടോ അച്ഛാ?”

ജയരാജൻ തലയാട്ടി. ഇരിപ്പുമുറിയിലെ മേശപ്പുറത്തേക്കു ചൂണ്ടിക്കാണിച്ചു. മകൻ ഓടിച്ചെന്ന് പൊതിയഴിച്ചു. കൈത്തോക്കെടുത്ത് തിരിച്ചും മറിച്ചും നോക്കി. പിന്നെ ഒറ്റക്കുതിപ്പിന് ജയരാജന്റെ അച്ഛന്റെ മുന്നിൽ ചെന്നുനിന്ന് തോക്കു ചൂണ്ടി.

“ഹാൻസ് അപ്പ്!”

ജയരാജന്റെ അച്ഛൻ കൗതുകം പൂണ്ട ചിരിയോടെ പത്രത്തിൽനിന്ന് തലയുയർത്തി. പത്രം മടിയിൽ വെച്ച് കൈകൾ ഉയർത്തിപ്പിടിച്ചു.

“നൗ ഗെറ്റപ്പ്!”

ജയരാജന്റെ അച്ഛൻ പേടി അഭിനയിച്ച് എഴുന്നേറ്റു. പത്രം നിലത്തു വീണു.

“ഞാൻ തോക്കും ചൂണ്ടിവരും,” ജയരാജന്റെ മകൻ പറഞ്ഞു. “യൂ ഹാവ് ടു റൺ.”

“വൈ?”

“ബിക്കോസ് യു ആർ മൈ എനിമി.”

ജയരാജന്റെ അച്ഛൻ ചിരിച്ചുകൊണ്ട് പിന്നിലേക്കോടാൻ തുടങ്ങി. ജയരാജന്റെ മകൻ തോക്കു ചൂണ്ടിക്കൊണ്ട് പിന്നാലെ ഓടി. ക്രോസ്‌വേഡിൽ മുഴുകിയിരുന്ന ജയരാജനു ചുറ്റും അവർ നാലുവട്ടം കറങ്ങി. പിന്നെ അയാളുടെ അച്ഛൻ മുറിവിട്ട് കോറിഡോറിലെത്തി. മകനും ഒപ്പം ഓടിയെത്തി. അയാളുടെ അച്ഛൻ കിടപ്പുമുറിയിലെത്തി കട്ടിലിനെ ഒരു വലം വെച്ചു. അയാളുടെ മകൻ പിന്നാലെ.

“ഇനി മതി,” അയാളുടെ അച്ഛന്റെ മുഖത്തെ ചിരി മാഞ്ഞിരുന്നു.

“ഓ നോ!” അയാളുടെ മകൻ വിസമ്മതിച്ചു.

അയാളുടെ അച്ഛൻ കിതയ്ക്കുന്നുണ്ടായിരുന്നു. തൊണ്ട വരണ്ടിരുന്നു. കുറച്ചു വെള്ളം കുടിക്കണമെന്ന് തോന്നി. അദ്ദേഹം അടുക്കളയിലേക്കോടി. പിന്നാലെ ജയരാജന്റെ മകനും ഓടിയെത്തിയെങ്കിലും അയാളുടെ അച്ഛൻ വാതിൽ അകത്തുനിന്നടച്ചു. അയാളുടെ മകൻ അടഞ്ഞ വാതിലിന്മേൽ ശക്തിയായി ഇടിച്ച് ശബ്ദമുണ്ടാക്കി.

അതുകേട്ടാണ് ജയരാജൻ ക്രോസ്‌വേഡ് താഴെ വെച്ച് കോറിഡോറിലെത്തിയത്. അയാൾ മകനെ പിന്നിൽനിന്ന് കൈകൾ കൊണ്ടു ബന്ധിച്ചു.

“നോ നോ ഹീ ഈസ് മൈ എനിമി,” അയാളുടെ മകൻ കുതറി മാറാൻ ശ്രമിച്ചുകൊണ്ടിരുന്നു.

അപ്പോൾ പൊടുന്നനെ അയാളുടെ അച്ഛൻ അടുക്കളവാതിൽ തുറന്നു പുറത്തുവന്നു. അയാളുടെ മകൻ കുതറി മാറി അയാളുടെ അച്ഛന്റെ മേൽ ചാടിവീണു. പക്ഷേ, അപ്പോഴേക്കും അയാളുടെ അച്ഛൻ ഇരിപ്പുമുറിയിലേക്ക് ഓടിയെത്തിയിരുന്നു. അയാളുടെ മകൻ തോക്കുചൂണ്ടി ഒപ്പമെത്തി. ഇരിപ്പുമുറിയിൽ വീണ്ടും കറങ്ങുന്നതിനിടയിൽ അയാളുടെ അച്ഛൻ ടീപ്പോയുടെ കാലിൽ കാലു തടഞ്ഞ് മലർന്നടിച്ചു വീണു.

അയാളുടെ മകൻ അത് ഒരവസരമാക്കിയെടുത്തു. നെഞ്ചിൽ കയറിയിരുന്ന് തോക്ക് കഴുത്തിൽ കുത്തിപ്പിടിച്ചു.

ആഞ്ഞു വീശിയ അടിയിൽ അയാളുടെ മകൻ മറിഞ്ഞുവീണു. അയാളുടെ അച്ഛൻ എഴുന്നേറ്റിരുന്ന് കിതച്ച് വാതിക്കൽ എത്തിനിന്നിരുന്ന ജയരാജന്റെ മുഖത്തു നോക്കി.

അയാളുടെ മകന്റെ കൈയിൽനിന്ന് തോക്ക് തെറിച്ചുപോയിരുന്നു. അലറിക്കരഞ്ഞുകൊണ്ട് അവൻ അയാളുടെ അച്ഛന്റെ നേരെ മുട്ടുകുത്തിക്കൊണ്ട് അടുത്തു. അയാളുടെ അച്ഛൻ ഒരു തള്ളുകൂടി കൊടുക്കാൻ ഒരുങ്ങുകയായിരുന്നു. അപ്പോഴേക്കും ജയരാജൻ മകനെ പിടിച്ചു മാറ്റി.

അയാളുടെ കൈയിലിരുന്ന് മകൻ അലമുറയിട്ടു. അയാൾ അവനെ വാഷ്ബേസിനടുത്തേക്ക് കൊണ്ടുപോയി.

ടെലഫോൺ മണിയടിക്കാൻ തുടങ്ങിയത് അപ്പോഴാണ്. കൈകാലിട്ടടിക്കുന്ന മകനെ പിടിച്ച് ജയരാജൻ അനങ്ങാതെ നിന്നു. അയാളുടെ അച്ഛൻ കോറിഡോറിൽ വന്നു നിന്ന് കിടപ്പുമുറിയിലേക്ക് നോക്കി. ജയരാജൻ എടുക്കാൻ ഭാവമില്ലെന്നു കണ്ട് ടെലഫോണിന്റെ അടുത്തേക്ക് നീങ്ങി. അടുത്തെത്തിയപ്പോഴേക്കും മണിയടി നിലച്ചു.

“കുറച്ചു മുമ്പും ഇതടിച്ചു,” ജയരാജന്റെ അച്ഛൻ പറഞ്ഞു. “രണ്ടുവട്ടം. എടുത്തപ്പോൾ മറുപടിയൊന്നും ഉണ്ടായില്ല.”

ജയരാജൻ വാഷ്ബേസിനടുത്തുതന്നെ നിന്ന് മകന്റെ മുഖം കഴുകിച്ചു. അവനെ എടുത്ത് ഊൺമേശയ്ക്ക് മുന്നിൽ ഇരുത്തി. അവൻ അപ്പോഴേക്കും ഏറെക്കുറെ ശാന്തനായിക്കഴിഞ്ഞിരുന്നു. ഭക്ഷണം കഴിക്കുമ്പോൾ അവൻ പക്ഷേ ഒന്നും മിണ്ടിയിരുന്നില്ല. എതിരെയുള്ള കസേരയിൽ ഇരുന്ന ജയരാജന്റെ അച്ഛന്റെ മുഖത്തു നോക്കിയതുമില്ല.

"ഞാനിന്ന് മുത്തശ്ശന്റെ കൂടെയല്ല കിടക്കുന്നത്," കൈ കഴുകുമ്പോൾ അവൻ പറഞ്ഞു. "അച്ഛാ, പ്ലീസ് സിങ്ങ് എ ലല്ലബി ഫോർ മീ."

തന്റെ കിടക്കയിൽ അവനെ കിടത്തി ജയരാജൻ അടുത്തു കിടന്നു. മകനേ, എനിക്ക് താരാട്ടു പാടാനറിയില്ല. പകരം ഞാനൊരു കഥ പറയാം. പണ്ടു പണ്ട് ഒരു വീട്ടിൽ ഒരമ്മയും മകനും താമസിച്ചിരുന്നു. മകന്റെ ഏഴാം പിറന്നാളിന് അമ്മ വിളമ്പിക്കൊടുക്കുകയായിരുന്നു. മകൻ പറഞ്ഞു. എനിക്ക് ദാഹിക്കുന്നു. കുറച്ചു വെള്ളം തരൂ അമ്മേ. അമ്മ ഒരു ലോട്ട നിറയെ ചുക്കുവെള്ളം കൊടുത്തു. മകൻ പറഞ്ഞു. ചുക്കുവെള്ളം കുടിച്ചാൽ എനിക്ക് ദാഹം തീരില്ല. പച്ചവെള്ളം തരൂ അമ്മേ. അപ്പോൾ അമ്മ പറഞ്ഞു. പച്ചവെള്ളം ആരോഗ്യത്തിന് ഹാനികരമാണ്. നീ ചുക്കു വെള്ളം തന്നെ കുടിക്കണം. അവർ തമ്മിൽ കലഹമായി. മകൻ വീടു വിട്ട് ഇറങ്ങിപ്പോയി. പിണക്കം തീർന്ന് മകൻ വരുമെന്നു കരുതി അമ്മ കാത്തിരുന്നു. മകൻ വന്നില്ല. രാത്രിയായി. പിറ്റേന്നു രാത്രിയും അമ്മ അത്താഴവുമായി കാത്തിരുന്നു. അങ്ങനെ ഒൻപതിനായിരത്തി എണ്ണൂറ്റി അറുപത്തിയൊന്നു രാത്രികൾ. അതിന്റെ പിറ്റേന്ന് രാത്രി ഇറയത്തൊരു മുട്ടുകേട്ട് അമ്മ വാതിൽ തുറന്നു. മകനായിരുന്നു. അമ്മ പറഞ്ഞു. മകനേ, ഞാൻ നിനക്ക് ചോറുവെച്ചിട്ടുണ്ട്. പക്ഷേ നീ വന്നത് അത്താഴമുണ്ടിട്ടാണല്ലോ...

മകൻ ഉറങ്ങിയിരുന്നു. അവനെ പുതപ്പിച്ച് ജയരാജൻ എഴുന്നേറ്റു. അപ്പോഴാണ് കോറിഡോറിലെ അരണ്ട വെളിച്ചം പശ്ചാത്തലമാക്കി വാതിക്കൽ അച്ഛന്റെ നിഴൽച്ചിത്രം അയാൾ കണ്ടത്. "നമുക്കും ഊണു കഴിക്കാം," അയാൾ അച്ഛന്റെ അടുത്തുചെന്നു.

ഊൺമേശയ്ക്കിരുപുറവുമായി അവരിരുന്നു. അച്ഛന്റെ കണ്ണുകൾ തന്റെ മുഖത്തു പതിഞ്ഞിരിക്കുകയാണെന്ന് ജയരാജനറിഞ്ഞു. എന്തെങ്കിലും ചോദിക്കാൻ ഒരുമ്പെടുക്കയാവാം. അച്ഛന് അല്ലെങ്കിലും എപ്പോഴും സംശയങ്ങളാണ്. ജയരാജൻ മുഖമുയർത്താതെയിരുന്ന് ഊണു കഴിച്ചു.

ഊണു കഴിഞ്ഞ് അച്ഛൻ ഇരിപ്പുമുറിയിലേക്കു പോയി. ജയരാജൻ കിടപ്പുമുറിയിലെ ഫ്ളോർലാമ്പ് ഓൺ ചെയ്തു. സായാഹ്നപത്രം കൈയിലെടുത്ത് സെറ്റിയിലിരുന്നു. മിഡിൽ പേജിലെ ക്രോസ്‌വേഡ് തുറന്നു പിടിച്ചു.

പ്രഭാതപത്രത്തിലെ ക്രോസ്‌വേഡിനെ അപേക്ഷിച്ച് ഇത് എളുപ്പമാണ്. മിക്കവാറും ഓഫീസിൽ നിന്നുള്ള മടക്കയാത്രക്കിടയിൽത്തന്നെ ചെയ്തു തീരും. ഇന്ന് അതിനുള്ള സൗകര്യം കിട്ടിയില്ല. പൊലീസുകാർക്കു നന്ദി.

ടെലഫോൺ ശബ്ദിച്ചു. ജയരാജൻ റിസീവറെടുത്തു.

ഞാൻ രണ്ടുവട്ടം വിളിച്ചിരുന്നു. അപ്പോഴൊക്കെ അച്ഛന്റെ ശബ്ദമാണ് കേട്ടത്. എപ്പോഴാണെത്തിയത്?

കുറെ വൈകി. ജോലി കഴിഞ്ഞ് സാധാരണ സമയത്തു തന്നെയാണ് ഇറങ്ങിയത്. സ്റ്റേഷനിലെത്തിയപ്പോൾ അടുക്കാനാവാത്തത്ര പുരുഷാരം.

ബസ്സിന്റെ ക്യൂ ചെന്നു നോക്കിയപ്പോൾ ചുരുങ്ങിയത് ഒരിരുപത്തഞ്ചു ബസ്സെങ്കിലും കഴിയാതെ രക്ഷയില്ല എന്നു മനസ്സിലായി. സ്റ്റേഷനിലെത്തി. നാലു പ്ലാറ്റുഫോമുകളിലും നിറഞ്ഞ വണ്ടികൾ നിശ്ചലമായി കിടക്കുന്നു. ഒന്നിൽ കയറിപ്പറ്റി അരമണിക്കൂർ അതിലെ പുഴുക്കം സഹിച്ചു. രണ്ടു വണ്ടികൾ ഇതിനിടയ്ക്കു പ്ലാറ്റ്ഫോം വിട്ടുപോയിരുന്നു. പാപി ചെല്ലുന്നിടം പാതാളം. ഞാൻ കയറിയ വണ്ടി ഷട്ടറൊക്കെ ഇട്ടിട്ടാണ് ഓടിയത്. പുറത്ത് എന്തൊക്കെയോ വന്നു വീഴുന്ന ശബ്ദം കേൾക്കാമായിരുന്നു. പകുതി ദൂരം കഴിഞ്ഞപ്പോൾ വണ്ടി നിന്നു. ഇനി മുമ്പോട്ടു പോവില്ലെന്ന അനൗൺസ്മെന്റ് കേട്ടപ്പോൾ ഇറങ്ങിനടന്നു. പന്ത്രണ്ടു കിലോമീറ്റർ.

താങ്ക് ഗോഡ്, തിരിച്ചെത്തിയല്ലോ. അതു തന്നെ ഭാഗ്യം.

നീ എപ്പോഴെത്തി?

ഞങ്ങളുടെ ഓഫീസ് ഉച്ചയോടെ പൂട്ടി. ഇല്ലെങ്കിൽ വലഞ്ഞു പോയേനെ. സബർബനാണെങ്കിലും ഇവിടെയുമുണ്ടായിരുന്നു ലഹള. ഏതായാലും നാളെ വിശ്രമിക്കാൻ ഒരവസരമായി.

എന്താണത്?

റേഡിയോ കേട്ടില്ലേ? ഇന്നു രാത്രി എട്ടു മണി മുതൽ ഇരുപത്തിനാലു മണിക്കൂർ കർഫ്യൂ പ്രഖ്യാപിച്ചിട്ടുണ്ട്.

നന്നായി.

ഞാനതല്ല വിചാരിക്കുന്നത്. ഇനി നമ്മൾക്ക് എന്തു രക്ഷയാണുള്ളത്? പൊലീസുകാരെപ്പോലും വിശ്വസിക്കാൻ പറ്റാതായില്ലേ?

പട്ടാളമുണ്ടല്ലോ!

മകൻ ഉറങ്ങിയോ?

ഉറങ്ങി.

അച്ഛനോ? ഉറങ്ങിയിട്ടുണ്ടാവില്ല, ഉവ്വോ?

ജയരാജൻ മറുപടി പറയാൻ ഒരുങ്ങുകയായിരുന്നു. കോറിഡോറിൽ ഒരനക്കം കേട്ട് അയാൾ നിർത്തി. അച്ഛൻ അടുക്കളയിലേക്ക് കടന്നു പോവുകയാണ്.

ഗുഡ് നൈറ്റ്.

അയാൾ ശബ്ദമടക്കിപ്പറഞ്ഞ് ഫോൺ താഴെവച്ചു. ഫ്ളോർലാംപ് കെടുത്തി കോറിഡോറിലെത്തി. അടുക്കളയിൽ അച്ഛൻ ഫ്രിഡ്ജ് തുറക്കുകയാണ്. ഫ്രിഡ്ജിന്റെ നേർത്ത വെളിച്ചത്തിൽ അച്ഛന്റെ മുഖം ഒരു തലയോടുപോലെ അയാൾക്കു തോന്നി.

ഇടതുകൈയിലെ ഗുളിക വായിലേക്കിട്ട് വെള്ളം കുടിച്ച് അച്ഛൻ കുപ്പി ഫ്രിഡ്ജിൽത്തന്നെ വെച്ചു. അപ്പോൾ ജയരാജൻ തിരിച്ച് സെറ്റിയിൽ ത്തന്നെ വന്നിരുന്ന് ഫ്ളോർലാംപ് ഓൺ ചെയ്തു.

പ്രഭാതപത്രത്തിന്റെ ചതുരക്കള്ളികൾ പലതും ഇനിയും ഒഴിഞ്ഞു

കിടക്കുകയാണ്. അയാൾ തടിച്ച ഡിക്ഷ്ണറി പരതിനോക്കിക്കൊണ്ടിരുന്നു.

മടുപ്പു തോന്നിയപ്പോൾ അയാൾ ടി.വി. ഓൺ ചെയ്തു. ഏതോ ഒരു പ്രാദേശികനൃത്തമാണ്. അയാൾ കുറച്ചുനേരം അത് കണ്ടുകൊണ്ടിരുന്നു. ഉറക്കം വരുന്നുണ്ടെന്നു തോന്നി. ഓഫ് ചെയ്യാൻ ടി.വി. യുടെ അടുത്തെത്തിയപ്പോൾ പെട്ടെന്ന് അനൗൺസർ പ്രത്യക്ഷപ്പെട്ടു.

ഒരു പ്രത്യേക അറിയിപ്പ്. നഗരത്തിലെ പൈപ്പുകളിൽ സാമൂഹ്യ വിരുദ്ധശക്തികൾ വിഷം കലർത്തിയിട്ടുണ്ടെന്ന് ഇപ്പോൾ അറിവു കിട്ടിയിരിക്കുന്നു. വിദഗ്ധർ ജലം പരിശോധിച്ചുകൊണ്ടിരിക്കുകയാണ്. വിവരം അധികം വൈകാതെ അറിയിക്കുന്നതാണ്. ഇനി ഒരറിയിപ്പുണ്ടാവുന്നതു വരെ ആരും ടാപ്പിലെ വെള്ളം ഉപയോഗിച്ചു പോകരുത്.

വീണ്ടും വീണ്ടും അതേ അറിയിപ്പു തന്നെ.

പിന്നെ പ്രാദേശികനൃത്തത്തിന്റെ തുടർച്ച.

അയാൾ ടി.വി. ഓഫ് ചെയ്തു. ടെലഫോണിന്റെ റിസീവറെടുത്തു. ഡയൽടോൺ ഇല്ല. അയാൾ ഹുക്ക് സ്വിച്ചിൽ വിരൽകൊണ്ടമർത്തി. ഫോൺ ചത്തിരിക്കുന്നു.

അയാൾ എഴുന്നേറ്റ് ജനാലയ്ക്കരികിൽ ചെന്നു നിന്നു. താഴെ വിജനമായ പാത.

ഒരു പട്ടാളട്രക്ക് പാതയിലൂടെ ചീറിപ്പാഞ്ഞുപോയി. പിന്നെയും നിശ്ശബ്ദത. അയാൾ തിരിച്ച് സെറ്റിയിൽ വന്നിരുന്നു. അറിയാതെ ഉറങ്ങിപ്പോയി. ഉണർന്നത് മകന്റെ കരച്ചിൽ കേട്ടുകൊണ്ടാണ്. അയാൾ എഴുന്നേറ്റ് കട്ടിലിൽ ചെന്നിരുന്നു. മകൻ കട്ടിലിൽനിന്ന് ഇറങ്ങാൻ തുടങ്ങുകയാണ്.

"എനിക്കു മുത്തച്ഛന്റെ അടുത്തു ചെന്നുകിടക്കണം..."

മകനെ ചുമലിലെടുത്ത് അയാൾ ഇരിപ്പുമുറിയിലെത്തി. ജനാലയ്ക്കടുപ്പിച്ചിട്ട ദിവാനിൽ അച്ഛൻ മൂടിപ്പുതച്ച് ഉറക്കമാണ്.

"മുത്തശ്ശാ," കരച്ചിലിനിടയിൽ അവൻ പലവട്ടം വിളിച്ചു. ജയരാജന്റെ അച്ഛൻ ഉണർന്നില്ല. "മുത്തശ്ശൻ പാവം ഉറങ്ങിക്കോട്ടെ," ജയരാജൻ പറഞ്ഞു. "നമുക്കും പോയി ഉറങ്ങാം."

കട്ടിലിൽ മകനെ കൊണ്ടുകിടത്തി അയാൾ അരികെ കിടന്നു.

"എനിക്കു ദാഹിക്കുന്നു അച്ഛാ," ജയരാജന്റെ മകൻ പറഞ്ഞു.

"വെള്ളം ചീത്തയാണ്," ജയരാജൻ പറഞ്ഞു. "നാളെ നല്ലവെള്ളം വരും. അപ്പോൾ നമുക്കു കുടിക്കാം."

"ഞാനൊരു സ്വപ്നം കണ്ടു അച്ഛാ," ജയരാജന്റെ മകൻ പറഞ്ഞു. "സ്വപ്നത്തിലും എനിക്കു ദാഹിക്കുന്നുണ്ടായിരുന്നു. ഞാൻ മുത്തശ്ശന്റെ അടുത്തു ചെന്നു. മുത്തശ്ശൻ വലിയൊരു ഗ്ലാസ് നിറയെ വെള്ളമെടുത്ത് എനിക്ക് നീട്ടി. ഞാനത് എത്തിപ്പിടിക്കുന്നതിനു മുമ്പ് ഏതോ ഒരു സ്ത്രീ

ഓടിവന്ന് ആ വെള്ളം തട്ടിക്കളഞ്ഞു. ആ വെള്ളത്തിൽ മുത്തശ്ശൻ ഒഴുകിയൊഴുകിപ്പോയി..."

നിയന്ത്രണം വിട്ടുകരഞ്ഞുകൊണ്ട് അവൻ ചോദിച്ചു. "മുത്തശ്ശൻ നാളെ രാവിലെ എന്നോട് മിണ്ടില്ലേ അച്ഛാ?"

"ഉവ്വ് ഉവ്വ്," ജയരാജൻ പറഞ്ഞു. "നാളെ രാവിലെ മുത്തശ്ശൻ തന്നെ നിനക്കു പാലുതരും. ഇപ്പോൾ ഉറങ്ങിക്കോളൂ."

ജയരാജൻ മകനെ തട്ടിപ്പൊത്തിക്കൊണ്ടിരുന്നു. ക്രമേണ അവന്റെ തേങ്ങലടങ്ങി. കുറച്ചുനേരം കിടന്ന് ജയരാജൻ എഴുന്നേറ്റു. ഇന്നിനി ഉറക്കം വരുന്ന ലക്ഷണമില്ല. അയാൾ വീണ്ടും ജനാലയ്ക്കരികിൽ ചെന്നുനിന്നു.

നിർജനമായ പാതയിലൂടെ അപ്പോൾ പട്ടാളത്തിന്റെ ഒരു ട്രക്കു കൂടി പാഞ്ഞുപോയി.

■

കഥാസാരം

തൃപ്പൂണിത്തുറ വിട്ട് ഏറെ വൈകാതെ ഐലൻഡ് എക്സ്പ്രസ്സിന്റെ വേഗം കുറഞ്ഞു. നിരങ്ങി നീങ്ങാൻ തുടങ്ങിയ വണ്ടി കുറച്ചുദൂരം കൂടി അങ്ങനെ പോയി ഒരു പാടത്തെത്തിയശേഷം നിന്നു.

ഇതുവരെ ഒരു തടസ്സവും കൂടാതെ ഓടുകയായിരുന്നു വണ്ടി. ഇങ്ങനെയൊരു യാത്ര പതിവില്ലല്ലോ എന്ന് അല്പം മുമ്പാണ് ജയദേവൻ വിചാരിച്ചത്. ഇനി രണ്ടു മണിക്കൂർ മതി എന്നു കണക്കുകൂട്ടുകയും ചെയ്തു.

എല്ലാം അബദ്ധമായി.

അയാൾ ജനലിലൂടെ എത്തിച്ചുനോക്കി. കണ്ണെത്താത്ത പാടത്തെ നെടുകെ പിളർന്നുകൊണ്ട് കെട്ടിപ്പൊക്കിയ തിണ്ടിലാണ് പാളങ്ങൾ. ഒരു തിരിവായതുകൊണ്ട് വണ്ടിയുടെ എൻജിൻ കാണാനുണ്ട്. എൻജിന് ഏതാനും വാര മുന്നിലുള്ള സിറ്റൽ പോസ്റ്റിൽ ചുവന്ന വെളിച്ചം.

അല്ലെങ്കിൽത്തന്നെ മുഷിപ്പനാണ് തീവണ്ടിയാത്ര. ആകെയുള്ള ഒരാശ്വാസം വഴിയോരക്കാഴ്ചകളാണ്. വണ്ടി നിന്നതോടെ കാണാൻ ഈ പാടം മാത്രമായി. തികച്ചും വിരസം.

ഒറ്റ സീറ്റുകളിൽ മുഖാമുഖം ഇരിക്കുന്ന ചെറുപ്പക്കാർ ഇപ്പോഴും സംസാരിക്കുകയാണ്. വണ്ടി നിന്നത് അവരറിഞ്ഞിട്ടില്ല. അതിലൊരാൾ ഒരു നേരമ്പോക്കുകാരനാണെന്നു തോന്നുന്നു. കൂട്ടുകാരന് ചിരിക്കാനേ നേരമുള്ളൂ.

നല്ല ഒരു കൂട്ടുകാരൻ യാത്രയ്ക്കിടയിൽ ഒരനുഗ്രഹമാണ്. അപരിചിതനെങ്കിലും രസികനായ ഒരു സഹയാത്രികനെ കിട്ടിയാലും മതി.

വണ്ടി ഓരോ സ്റ്റേഷനിലും നിൽക്കുമ്പോൾ ഉണരുന്ന യാത്രക്കാരനാണ് എതിരെയിരിക്കുന്നത്. മടിയിൽ തലവെച്ചുറങ്ങുന്ന സ്ത്രീ അദ്ദേഹത്തിന്റെ മകളാവണം. അവൾ ആ സീറ്റു മുഴുവൻ അപഹരിച്ചുകൊണ്ടാണ് കിടക്കുന്നത്. ഉമയും അപ്പുവും താനും കൊല്ലത്തുനിന്ന് കയറിയപ്പോൾ അദ്ദേഹം മകളെ എഴുന്നേല്പിക്കാൻ തുടങ്ങി. അതു തടഞ്ഞുകൊണ്ടാണ് അവർക്കെതിരെയുള്ള സീറ്റിൽ ഇരുന്നത്. ചെങ്ങന്നൂരെത്തിയപ്പോൾ ഈ സീറ്റും ഒഴിഞ്ഞു. ഉമ തന്റെ മടിയിൽക്കിടന്ന് ഉറക്കവുമായി.

വണ്ടിയിൽ ഉറങ്ങാൻ കഴിയുന്നത് വലിയ ഒരു ഭാഗ്യമാണ്. തനിക്ക് ആ വരം കിട്ടിയിട്ടില്ല. അതുകൊണ്ട് ഓരോ യാത്രയും കണ്ണുമിഴിച്ചിരുന്ന് അനുഭവിച്ചു തീർക്കുന്നു.

എന്താ അച്ഛാ വണ്ടി നിന്നത്?

അപ്പു ഉണർന്നിരിക്കുന്നു. വണ്ടിയിൽ കയറിയ ഉടനെ തുടങ്ങിയ ഉറക്കമാണ്. സാധാരണ ഇടയ്ക്ക് ഉണരുന്ന ശീലമില്ല അവന്. ഇറങ്ങാറാവുമ്പോൾ വിളിച്ചുണർത്തുകയാണ് പതിവ്.

വഴിയിലെന്തോ തടസ്സമുണ്ട്, ജയദേവൻ അവനു സിറ്റൽ കാണിച്ചുകൊടുത്തു. ആ വിളക്ക് പച്ചയായാൽ വണ്ടി ഓടിത്തുടങ്ങും.

എപ്പാ പച്ചയാവാ? അപ്പു ചോദിച്ചു.

ജയദേവനു ചിരിവന്നു. ഇത്തരം ചില അറിവില്ലായ്മകളാണ് അപ്പൂ ജീവിതത്തിൽ ബാക്കി നിൽക്കുന്ന കൗതുകം. പക്ഷേ, അവനോടു വേദാന്തം പറയാറായിട്ടില്ല. പകരം അയാൾ ചോദിച്ചു.

നിനക്കു ദാഹിക്ക്ണ്ണ്ടോ അപ്പൂ?

അവൻ ഉവ്വെന്നു തലയാട്ടി. വെള്ളം നിറച്ച കുപ്പിയെടുക്കാൻ സീറ്റിനടിയിലേക്കു കുമ്പിടുമ്പോൾ അയാൾ ഉമയെ ഉണർത്താതിരിക്കാൻ ശ്രദ്ധിച്ചു.

ഉമ ഭാഗ്യവതിയാണ്. ഉറക്കം അവളുടെ വിളിപ്പുറത്തു നിൽക്കുന്നു. രാത്രികളിൽ ഉറക്കം വരാതെ തിരിഞ്ഞും മറിഞ്ഞും കിടക്കുമ്പോൾ മനസ്സു വിട്ടുറങ്ങുന്ന അവളോട് അസൂയ തോന്നാറുണ്ട്.

എവിടെയെത്തി?

ചോദ്യം കേട്ട് ജയദേവൻ മുഖമുയർത്തി. മുന്നിലെ സീറ്റിലിരിക്കുന്ന ആളും ഉണർന്നിരിക്കുന്നു.

ജയദേവൻ സ്ഥലം പറഞ്ഞു.

സിറ്റൽ ഇല്ലാഞ്ഞിട്ടാവും അല്ലേ, ഒന്നു മൂരി നിവർന്നുകൊണ്ട് മുന്നിലെ ആൾ തുടർന്നു. ഇവിടെ ഡബ്ൾ ലൈനാക്കുന്നതുവരെ ഒരു രക്ഷയുമില്ല.

ജയദേവൻ അതു ശരിയാണെന്നു ഭാവിച്ചു.

എടോ എണീട്ടിരിക്ക്, മുന്നിലെ ആൾ മടിയിൽ കിടക്കുന്നവളെ തട്ടിയുണർത്തി. മതി ഉറങ്ങിയത്.

ഉറക്കം തടസ്സപ്പെട്ടതിന് എന്തോ പിറുപിറുത്തുകൊണ്ട് അവൾ എഴുന്നേറ്റിരുന്നു. അപ്പോഴാണ് അവളുടെ മുഖം ജയദേവൻ ശരിക്കു കണ്ടത്. എത്ര സുന്ദരിയാണ് അവൾ എന്ന് അയാളദ്ഭുതപ്പെട്ടു.

അവളിൽ നിന്നു മുഖം തിരിക്കാൻ തുടങ്ങിയ ജയദേവനെ തടസ്സ പ്പെടുത്തിക്കൊണ്ടു മുന്നിലെ ആൾ പറഞ്ഞു. നമുക്കു പരിചയപ്പെടാം. ഞാൻ നാരായണൻ നമ്പീശൻ. രണ്ടു കൊല്ലം മുമ്പ് ഏജീസിൽ നിന്ന് റിട്ടയർ ചെയ്തു. ഇവൾ രമണി, എന്റെ ഭാര്യ.

രമണി അയാളെ നോക്കി ചിരിച്ചു. അവൾക്കു നാല്പതു വയസ്സില ധികം തോന്നില്ല. ഭർത്താവിന് അറുപതായെന്നു തീർച്ച. അവർ തമ്മിൽ ഇരുപതു വയസ്സിന്റെ അന്തരമുണ്ടെന്നോ! സ്വയം പരിചയപ്പെടുത്താൻ ജയദേവൻ മറന്നുപോയി.

രമണി നിലത്തുനിന്ന് പ്ലാസ്റ്റിക് തൊട്ടിയെടുത്തു സീറ്റിൽ വെച്ചു. അതിൽ നിന്ന് ഒരു ഫ്ളാസ്കെടുത്തു നമ്പീശനു കൊടുത്തു. ബിസ്ക്ക റ്റിന്റെ ഒരു പാക്കറ്റെടുത്ത് അപ്പുവിനു നേരെ നീട്ടി. അപ്പു വാങ്ങാൻ മടിച്ചു.

വാങ്ങൂ മാഷേ. ഫ്ളാസ്കിന്റെ അടപ്പിലേക്കു കാപ്പി പകരുകയായി രുന്ന നമ്പീശൻ പറഞ്ഞു. നമ്മളൊക്കെ കുട്ടികളല്ലേ!

ബിസ്ക്കറ്റുപാക്കറ്റ് കൈയിൽ വാങ്ങിയ അപ്പു എന്തോ തെറ്റു ചെയ്തതുപോലെ മുഖം കുനിച്ചിരുന്നു. ഔദാര്യം ഇനി തന്റെ നേർക്കാവും എന്നു ജയദേവനുറപ്പായി. അയാൾ മുഖം തിരിച്ചു.

ജനാലയിലൂടെ ഒരു ചുടുകാറ്റ് അകത്തേക്കു കടന്നു. അയാൾ പുറ ത്തേക്കു നോക്കി. ഉച്ചതിരിഞ്ഞ വെയിൽ പാടം മുഴുവൻ പരന്നു കിട ക്കുന്നു.

പാടത്തിന്റെ നടുക്ക് ഒരു തുരുത്തുപോലെ നിൽക്കുന്ന പച്ച പിടിച്ച തൊടി അപ്പോഴാണ് ജയദേവന്റെ കണ്ണിൽപ്പെട്ടത്. തൊടിയിലെ വീടിനെ കവുങ്ങുകളും മറ്റു മരങ്ങളും കൂടി ഏറെക്കുറെ മറയ്ക്കുന്നു. വീടിന്റെ മുളംപടിയിൽ നിന്നു തുടങ്ങുന്ന ഒറ്റയടിപ്പാത റെയിൽപ്പാളത്തിലേക്കു കയറിവരുന്നു.

പുറംലോകവുമായി ഒരു തരത്തിലും ബന്ധമില്ലാത്ത വീട്. ആ വീട്ടിൽ ആരെങ്കിലും പാർക്കുന്നുണ്ടാവുമോ? ഒന്നലറിവിളിച്ചാൽപ്പോലും ആരും ഓടി വരാനില്ലാത്ത ഈ വിജനതയിൽ?

നോക്കിയിരിക്കേ വീടിന്റെ പടി കടന്ന് ബ്ലൗസും മുണ്ടും ധരിച്ച ഒരു പെണ്ണ് തിടുക്കത്തിൽ ഒറ്റയടിപ്പാതയിലെത്തി. അഴിഞ്ഞ തലമുടി കെട്ടി വെക്കുന്നതിനിടയിൽ അവൾ തീവണ്ടിയുടെ നേർക്ക് ഓടിവരികയാണ്.

അവൾ വരുന്നത് വണ്ടിയിൽ കയറാൻ വേണ്ടിയാണെന്നു തോന്നി. ഒടുവിൽ അവൾക്കു കയറാൻ വേണ്ടിയാണോ വണ്ടി ഇവിടെ നിർത്തി യിരിക്കുന്നത്!

ഓടിവന്ന പെണ്ണ് പകുതി വഴിയെത്തിയപ്പോൾ വലത്തോട്ടുള്ള ചെറിയ ഒരു വരമ്പിലേക്കു കയറി. ഇപ്പോൾ അവൾ എൻജിനടുത്തേക്കാണ്

ഓടുന്നത്. ഡ്രൈവറെ കാണാനാവുമോ? വിചാരിക്കാതിരിക്കേ വണ്ടി നിന്നതുകണ്ട് കുശലം പറയാൻ ചെല്ലുന്ന ചാർച്ചക്കാരി?

സംശയം അസ്ഥാനത്തായി. എൻജിനടുത്തെത്തിയ അവൾ പാളം മുറിച്ച് മറുഭാഗത്തേക്കു കടന്ന് അപ്രത്യക്ഷയായി.

"എപ്ലാ അച്ഛാ നമ്മളെത്താ?"

അപ്പുവിന്റെ ചോദ്യംകേട്ട് അയാൾ നോക്കി. അവൻ ബിസ്ക്കറ്റ് പാക്കറ്റ് അങ്ങനെത്തന്നെ കൈയിൽ പിടിച്ചുകൊണ്ടിരിക്കുകയാണ്.

അപ്പു ഒന്നുകൂടി ഉറങ്ങിക്കോളൂ, അയാൾ പറഞ്ഞു. ഉറങ്ങിയുണരുമ്പോഴേക്കും നമ്മളെത്തും.

മറുപടി അപ്പുവിന് ബോധിച്ചില്ലെന്നു തോന്നി. അവൻ പാക്കറ്റു തുറന്ന് ഒരു ബിസ്ക്കറ്റെടുത്തു കടിച്ചു.

"നിങ്ങൾ എവടേക്കാ?"

നാരായണൻ നമ്പീശൻ ചെല്ലം തുറന്ന് വിസ്തരിച്ചു മുറുക്കുകയായിരുന്നു. പ്ലാസ്റ്റിക് തൊട്ടി സീറ്റിനടിയിലേക്കുതന്നെ തിരുകിവെക്കുകയാണ് രമണി.

തൃശ്ശൂർക്ക്, ജയദേവൻ പറഞ്ഞു.

ഞങ്ങളും അങ്ങോട്ടാണ്, നമ്പീശൻ ജനാലയിലൂടെ നീട്ടിത്തുപ്പി. പിന്നെ നിറഞ്ഞ കൗതുകത്തോടെ പാടം മുഴുവൻ നോക്കിക്കാണാൻ തുടങ്ങി.

നോക്കൂ, ആ വീടു കണ്ടുവോ! അദ്ദേഹം രമണിക്കു ചൂണ്ടിക്കാണിച്ചു കൊടുത്തു. രമണി നമ്പീശന്റെ തുടയിൽ കൈകൾ കുത്തി ജനലിലൂടെ എത്തിച്ചുനോക്കി. നമ്പീശന്റെ ഉത്സാഹമൊന്നും അവളുടെ മുഖത്തു കണ്ടില്ല.

"എന്താ, തനിക്കിഷ്ടപ്പെട്ടില്ലേ?" നമ്പീശൻ ഗൗരവത്തിൽ ചോദിച്ചു.

"ഒട്ടും ഇഷ്ടപ്പെട്ടില്ല", രമണി പറഞ്ഞു. ഇനി അഥവാ ഉവ്വെങ്കിൽ ത്തന്നെ എന്താ കാര്യം?

"താനൊരു അരസികയാണ്", നമ്പീശൻ പറഞ്ഞു.

അതെ എന്നുതന്നെ വെച്ചോളൂ, രമണി പറഞ്ഞു. പക്ഷേ ഒന്നു പറയൂ. ഈ വീട്ടിൽ നമ്മളെങ്ങനെയാണ് ജീവിക്കുക?

അങ്ങനെയൊരു ജീവിതമുണ്ട്, നമ്പീശൻ തുടർന്നു. നോക്കൂ, ഈ പാടത്ത് നേരം വെളുക്കുംമുമ്പ് പലതരം കിളികൾ പറന്നെത്തും. അവയുടെ ശബ്ദം കേട്ടാണ് നമ്മളുണരുക. എന്നിട്ട് നമ്മൾ രണ്ടുപേരും ടെറസ്സിൽ ചെന്നു നിൽക്കും. സൂര്യൻ ഉദിക്കുന്നതുവരെ.

സൂര്യൻ ഉദിച്ചാലോ?

അഷ്ടമൂർത്തി

നമ്മൾ താഴേക്കിറങ്ങിപ്പോരും. കട്ടൻകാപ്പി കുടിച്ച് പുറത്തിറങ്ങും. വീടിന്റെ പിന്നിലുള്ള തോട്ടത്തിൽ ചെല്ലും. വെണ്ടച്ചെടികൾ കായ്ച്ചു തുടങ്ങിയോ എന്നു നോക്കും. അമരത്തടത്തിൽ വെള്ളമൊഴിച്ച് നിർത്തും.

അതൊക്കെ നല്ലതുതന്നെ, രമണി പറഞ്ഞു. പക്ഷേ ആളുകളെ കാണാതെ നമ്മളെങ്ങനെ ജീവിക്കും? ഒരു ദിവസം രണ്ടു പേരെയെങ്കിലും ബോറടിപ്പിക്കാതെ ഉറക്കം വരില്ലല്ലോ നിങ്ങൾക്ക്?

ആളുകളെ കാണാതെയുള്ള ജീവിതമാവില്ല നമ്മുടേത്, നമ്പീശൻ പുറത്തേക്കു ചൂണ്ടിക്കാട്ടി. നോക്കൂ.

അകലെ പാടത്തിന്റെ അതിരിൽ ഒരു സ്കൂട്ടർ പ്രത്യക്ഷപ്പെട്ടു. റെയിലിന്റെ അടിയിലൂടെ കടന്നുപോവുന്ന കനാലിന്റെ ഓരം ചുറ്റിയാണ് സ്കൂട്ടറിന്റെ വരവ്. ഏറെക്കുറെ അടുത്തെത്തിയപ്പോൾ വലത്തോട്ടുള്ള വരമ്പിലേക്കു തിരിഞ്ഞ് ആ വീടിന്റെ പടിക്കൽ ചെന്നുനിന്നു.

സ്കൂട്ടറിൽ രണ്ടുപേർ ഉണ്ടായിരുന്നു. പിന്നിലെ ആൾ സ്കൂട്ടർ നിന്നതും പടി ചാടിക്കടന്ന് അകത്തേക്കു പോയി. സ്കൂട്ടർ ഓടിച്ചിരുന്ന ആൾ കുറച്ചുകൂടി സാവകാശത്തിലാണ് വീട്ടിൽ കയറിയത്.

അവർ അതിഥികളാണ്, നമ്പീശൻ രമണിയുടെ നേരെ തിരിഞ്ഞു. നമ്മൾ രണ്ടു ദിവസത്തേക്ക് അവരെ വിടില്ല.

ഒറ്റ സീറ്റുകളിൽ നേർക്കുനേരെയിരുന്നു വർത്തമാനം പറഞ്ഞിരുന്ന ചെറുപ്പക്കാർ എഴുന്നേറ്റു. വല്ലാത്ത പുഴുക്കം, അവരിലൊരാൾ ജയദേവനോടു പറഞ്ഞു. ഞങ്ങളൊന്നു പുറത്തിറങ്ങി നിൽക്കട്ടെ.

വെയിലിന് ഇപ്പോഴും ചൂടുണ്ട്. വണ്ടിയിൽ നിന്ന് ഇറങ്ങിയ അവർ പാളത്തിന്റെ ഓരത്തു നിൽക്കുന്ന കാഞ്ഞിരത്തിന്റെ തണലിലേക്ക് നീങ്ങി നിന്നു. രണ്ടുപേരും ഓരോ സിഗരറ്റ് കൊളുത്തി.

വണ്ടി പുറപ്പെടുകയായോ എന്നറിയാൻ ഇനി അവരെ ശ്രദ്ധിച്ചാൽ മതി, ജയദേവൻ വിചാരിച്ചു. സിറ്റൽ മഞ്ഞയാവുമ്പോൾ തിരിച്ചുകയറും. യാത്രയ്ക്കിടയിൽ കിട്ടുന്ന ചെറിയ ചില സൗകര്യങ്ങൾ.

അപ്പുവിന് മുഷിഞ്ഞു തുടങ്ങിയിരുന്നു. അവൻ നിലത്തിറങ്ങി നിന്ന് ജനലിലൂടെ പുറത്തേക്കു നോക്കുകയാണ്.

സ്കൂട്ടർ സ്റ്റാർട്ടു ചെയ്യുന്ന ശബ്ദം കേട്ട് ജയദേവൻ വീടിനു മുന്നിലേക്കു നോക്കി. ഓടിച്ചുവന്ന ആൾ തിരിച്ചു പോവുകയാണ്. രമണി അതു കണ്ട് ചിരിച്ചു.

അതിഥി വഴങ്ങിയ ലക്ഷണമില്ലല്ലോ, അവൾ പറഞ്ഞു. അതോ വീട്ടുകാർ നമ്മളേപ്പോലെ അവരെ പിടിച്ചുനിർത്താൻ നോക്കിയില്ലെന്നുണ്ടോ?

കൊണ്ടുവിട്ട ആളാണ് മടങ്ങുന്നത്, നമ്പീശൻ പറഞ്ഞു. അതിഥി രണ്ടു ദിവസം കഴിഞ്ഞേ മടങ്ങൂ.

ഇനി അഥവാ മടങ്ങണമെന്നുണ്ടെങ്കിൽത്തന്നെ ഒരു നിവൃത്തിയു മില്ലല്ലോ അയാൾക്ക്, രമണി ചിരിച്ചു. ടൗണിലൊന്നുമല്ലല്ലോ സംഭവം.

തൃശ്ശൂരിൽ നിങ്ങൾ എവിടെയാണ് താമസം? ജയദേവൻ ചോദിച്ചു.

മാരാർ റോട്ടിൽ, രമണി പറഞ്ഞു.

നിങ്ങളുടെ വീടെവിടെയാണ്, നമ്പീശൻ തിരക്കി.

ടൗണിൽ നിന്ന് പത്തുപതിനഞ്ചു കിലോമീറ്റർ വടക്കോട്ടു പോണം. ജയദേവൻ പറഞ്ഞു. ഒരു നാട്ടുമ്പുറമാണ്.

അപ്പോൾ നിങ്ങൾക്ക് ഈ വീടു കാണുമ്പോൾ ഒരു കമ്പവും തോന്നുന്നുണ്ടാവില്ല, ഉവ്വോ?

ജയദേവൻ ചിരിച്ചു.

ഒറ്റപ്പെട്ട വീട് എന്റെ ഒരു സങ്കല്പമാണ്, നമ്പീശൻ പറഞ്ഞു. വിശ്രമ ജീവിതം അങ്ങനെ വേണമെന്നായിരുന്നു മോഹം. ഇവൾ സമ്മതിച്ചില്ല.

വെറുതെയൊന്നുമല്ലാട്ടോ, രമണി ജയദേവനു നേരെ തിരിഞ്ഞു. റിട്ടയർ ചെയ്ത് നാലാംനാൾ പീച്ചിക്കടുത്ത് ഒരു സ്ഥലം ഞങ്ങൾ ചെന്നു കണ്ടു. അന്നു രാത്രി ഒരു സംഭവമുണ്ടായി. ഒരുറക്കം കഴിഞ്ഞ് ഞാനു ണർന്നപ്പോൾ ആളെ കാണാനില്ല. ബാത്ത്‌റൂമിൽ വെളിച്ചമുണ്ട്. ചെന്നു നോക്കിയപ്പോൾ ഇദ്ദേഹമുണ്ട് പിന്നിലെ ചുമരും ചാരി ഇരിക്കുന്നു. വിളിച്ചു നോക്കിയപ്പോൾ മിണ്ടാട്ടമില്ല. സമയം രണ്ടരയായിട്ടേയുള്ളൂ. ഞാൻ ഒറ്റയ്ക്ക് എന്തുചെയ്യാനാണ്? പുറത്തിറങ്ങി അടുത്ത വീട്ടുകാരെ വിളിച്ചു ണർത്തി.

"നിങ്ങൾ രണ്ടുപേർ മാത്രമേ വീട്ടിലുള്ളൂ?" ജയദേവൻ ചോദിച്ചു.

അതെ, നമ്പീശൻ പറഞ്ഞു. ഞങ്ങളുടെ മുഖം തന്നെ കണ്ടുകണ്ട് ചിലപ്പോൾ ഞങ്ങൾക്കു മടുക്കും. മുപ്പത്തിമൂന്നു കൊല്ലമായി സ്ഥിരം കാണുന്നതല്ലേ. ഉടനെ ഞങ്ങൾ തിരുവനന്തപുരത്തേക്കു പുറപ്പെടും. അങ്ങനെ കൃത്യമായ ദിവസം നോക്കിയിട്ടൊന്നുമല്ല. കാണണം എന്നു തോന്നിയാൽ ഉടനെ ബാഗെടുത്ത് സ്റ്റേഷനിലേക്കു നടക്കും.

തിരുവനന്തപുരത്ത് ആരാണ്?

ഞങ്ങളുടെ രണ്ടു കുട്ടികളും അവിടെയാണ്, രമണി പറഞ്ഞു.

ഏതാനും നിമിഷങ്ങളുടെ നിശ്ശബ്ദതയ്ക്കു ശേഷം സംഭാഷണം കൂട്ടി ക്കെട്ടാൻവേണ്ടി ജയദേവൻ ചോദിച്ചു.

അപ്പോൾ അന്നു രാത്രിയിലെ തീരുമാനമാണ് അല്ലേ നാട്ടുമ്പുറത്തു താമസമാക്കേണ്ട എന്ന്?

അതെ, നമ്പീശൻ പറഞ്ഞു. ഇവൾ പേടിച്ചുപോയില്ലേ!

പേടിച്ചത് ഞാനല്ല; പറയുന്ന ആളുതന്നെയാണ്, രമണി ചൊടിച്ചു.

ഞാനാണ് ആദ്യം പോവുക എന്നുറപ്പുള്ളപ്പോൾ ഞാനെന്തിനാണ് വെറുതെ പേടിക്കുന്നത്?

നിങ്ങൾക്കെന്താണിത്ര ഉറപ്പ്? ജയദേവൻ ചോദിച്ചു.

ഉറപ്പുണ്ട്. അതുതന്നെ.

ആ ഉറപ്പിന് എന്തെങ്കിലും അടിസ്ഥാനം വേണ്ടേ?

അടിസ്ഥാനമൊക്കെയുണ്ട്, രമണി പറഞ്ഞു. എന്റെ അച്ഛൻ ഷട്ടിൽ കോക്കു കളിച്ചുകൊണ്ടു നിൽക്കുമ്പോഴാണ് കുഴഞ്ഞുവീണത്. നാല്പ ത്തേഴു വയസ്സേ ആയിരുന്നുള്ളൂ. അമ്മ നാല്പത്തഞ്ചു വയസ്സുള്ളപ്പോൾ ഉറങ്ങാൻ കിടന്നിട്ട് ഉണർന്നില്ല. ഏട്ടനും ഹാർട്ട് അറ്റാക്കായിരുന്നു. നാല്പ ത്തെട്ടു വയസ്സ്. അങ്ങനെ നോക്കുമ്പോൾ എനിക്കു മൂന്നു കൊല്ലം ലാഭം കിട്ടിയെന്നു പറയാം.

സംഭാഷണം വീണ്ടും മുറിഞ്ഞപ്പോൾ ജനാലയ്ക്കൽ നില്ക്കുന്ന അപ്പു മുഖം തിരിച്ച് ജയദേവനെ നോക്കി.

പച്ച ലൈറ്റ് ഇനീം കത്തീല്യലോ അച്ഛാ, അവൻ പരാതിപ്പെട്ടു.

ഇപ്പോ കത്തും, സിറ്റലിലേക്ക് എത്തിച്ചു നോക്കി ജയദേവൻ അവനെ സമാധാനിപ്പിച്ചു. അപ്പോൾ പാളത്തിന്റെ മറുഭാഗത്തുനിന്ന് എൻജിനും സിറ്റലിനുമിടയിലൂടെ ഓടിവരുന്ന രണ്ടു പെൺകുട്ടികളെ കണ്ടു. അവർക്ക് പിന്നിൽ ബ്ലൗസും മുണ്ടും ധരിച്ച ആ പെണ്ണുമുണ്ട്. മൂന്നുപേരും കിതച്ചു കൊണ്ട് വീടിനുനേരെ ഓടുകയാണ്.

നമ്പീശൻ ജനലിലൂടെ ഒരിക്കൽക്കൂടി നീട്ടിത്തുപ്പി. വീട്ടിലേക്ക് ഓടി യടുക്കുന്നവരെ അപ്പോഴാണ് അദ്ദേഹം കണ്ടത്. നോക്കൂ, അദ്ദേഹം മുടി ക്കെട്ടഴിച്ചു ചീന്തുന്ന രമണിയോടു പറഞ്ഞു. അതിഥി വന്നതറിഞ്ഞ് ആ വീട്ടിലെ കുട്ടികൾ ഓടിച്ചെല്ലുകയാണ്.

അതല്ല, ജയദേവൻ പെട്ടെന്നു പറഞ്ഞു. ആ പെണ്ണ് കുറച്ചു മുമ്പ് വീട്ടിൽ നിന്ന് ഇറങ്ങി ഓടുന്നത് കണ്ടിരുന്നു. സ്കൂട്ടർ വരുന്നതിനു മുമ്പാണത്.

പറഞ്ഞുകഴിഞ്ഞപ്പോൾ അതും മുഴുവൻ ശരിയാവണമെന്നില്ലെന്ന് അയാൾക്കു തോന്നി. മുൻപേ പറഞ്ഞുറപ്പിച്ചവരാണെന്നു വരാമല്ലോ സ്കൂട്ടറിലെ വിരുന്നുകാർ.

കാഞ്ഞിരച്ചുവട്ടിൽ നിന്നിരുന്നവർ ഇളകുന്നതു കണ്ടു. അവർ തിരിച്ച് വണ്ടിയിൽ കയറാൻ ഒരുങ്ങുകയാണ്. ജയദേവൻ വീണ്ടും ജനലിലൂടെ എത്തിച്ചുനോക്കി. സിറ്റലിൽ മഞ്ഞനിറം തെളിഞ്ഞിരിക്കുന്നു.

ഇപ്പോൾ പെൺകുട്ടികൾ വീടിന്റെ അടുത്തെത്തിക്കഴിഞ്ഞു. അവർ പടി കവച്ചുവെച്ച് അകത്തേക്കോടുകയാണ്. ബ്ലൗസും മുണ്ടും ധരിച്ച പെണ്ണും അവർക്കു പിന്നാലെ അകത്തുകയറി.

ആ നിമിഷം വീട്ടിൽനിന്ന് ഒരു കൂട്ടക്കരച്ചിലുയർന്നു.

ജയദേവൻ അമ്പരന്ന് നമ്പീശനെ നോക്കി. നമ്പീശന്റെ മുഖത്തെ മുറുക്കിയ പുഞ്ചിരി രമണിയുടെ ഉടയാത്ത ശരീരത്തിൽ അലിയുകയാണ്. രമണി കണ്ണുകൾകൊണ്ട് ആ ആരാധന ഏറ്റുവാങ്ങുന്നു. അവർ ആ കരച്ചിൽ കേട്ടിട്ടില്ല തീർച്ച.

ചെറുപ്പക്കാർ രണ്ടുപേരും സ്വന്തം സീറ്റിലിരുന്നു കഴിഞ്ഞിരുന്നു. അവരിപ്പോഴും ഇടമുറിയാതെ സംസാരിക്കുകയാണ്.

ജയദേവൻ വീട്ടിലേക്ക് കാതോർത്തു. എന്തെങ്കിലും കേൾക്കാനുള്ള അവസരം മുടക്കിക്കൊണ്ട് പാളങ്ങളിൽനിന്ന് ഒരു ദീനരോദനമുയർന്നു. ഐലന്റ് എക്സ്പ്രസ്സ് നീങ്ങിത്തുടങ്ങുകയാണ്. ∎

പനി

പൂമുഖവാതിൽ തുറക്കുന്ന ശബ്ദം കേട്ടപ്പോൾ ഉണ്ണി കണ്ണുതുറന്നു. വലത്തോട്ടു തിരിഞ്ഞുകിടന്ന് ജനലഴികളിലൂടെ മുറ്റത്തേക്ക് എത്തി നോക്കി. അച്ഛനാണ്. ഓഫീസിലേക്കുള്ള പുറപ്പാട്.

അച്ഛന്റെ കൈയിൽ പതിവില്ലാതെ കുടയുണ്ടായിരുന്നു. പതിവുള്ള ബാഗ് കൈയിലില്ലെന്നും ഉണ്ണി ശ്രദ്ധിച്ചു. പടിക്കലെത്തിയപ്പോഴേക്കും മുറ്റത്തെ മാവിൻ തണലിൽനിന്നു വിട്ട് വെയിലത്തേക്കെത്തിയിരുന്നു. അച്ഛൻ നടത്തം നിർത്തി കുട നിവർത്തിപ്പിടിച്ചു. പിന്നെ മുളംപടി കവച്ചു വെച്ച് പാതയിലേക്കിറങ്ങി.

സമയം ഒമ്പതരയായി എന്നർത്ഥം, അച്ഛൻ പോയിമറഞ്ഞ വഴിയി ലേക്കുതന്നെ നോക്കിക്കിടന്നുകൊണ്ട് ഉണ്ണി ഓർമ്മിച്ചു. അച്ഛന് എല്ലാം കൃത്യമാണ്. രാവിലെ എണീക്കുന്നത് എന്നും ആറുമണിക്ക്. പല്ലു തേക്കാനും ചായ കുടിക്കാനും ഒക്കെ കൃത്യസമയങ്ങളുണ്ട്. ഏഴരവരെ പത്രം വായിക്കും. പിന്നെയാണ് തൊഴുത്തിൽ ചെന്ന് പശുവിനെ അഴിച്ച് തൊടിയിൽ കൊണ്ടുകെട്ടുക. ആ സയമത്ത് അനീത്തിയും താനും അടു ക്കളയിൽ പ്രാതലിനിരിക്കുകയാവും.

ഇപ്പോൾ ക്ലാസ് കൂടിയിട്ടുണ്ടാവുമെന്ന് ഉണ്ണി ഓർമ്മിച്ചു. ഭാസ്ക്കരന് തന്നെക്കാണാതെ വിഷമം തോന്നിയിരിക്കും. അനീത്തി പുസ്തകം കൊടുക്കാൻ മറന്നിട്ടുണ്ടാവില്ലെന്ന് സമാധാനിക്കുകയേ നിവൃത്തിയുള്ളൂ. ഇറങ്ങുന്നതിന് മുമ്പ് ഒന്നുകൂടി ഓർമ്മിപ്പിക്കണമെന്നു വിചാരിച്ചതാണ്. പക്ഷേ അനീത്തി പോയത് അറിഞ്ഞില്ല.

കുറേശ്ശെ തണുപ്പുണ്ട്. രാത്രി ജനാല അടച്ചാണ് കിടന്നത്. രാവിലെ പല്ലുതേച്ചു വന്ന് അതു തുറന്നിട്ടു. ഏറെ താമസിയാതെ ഉറങ്ങിപ്പോവു കയും ചെയ്തു.

ഉണ്ണി മലർന്നുകിടന്ന് കാലുകൊണ്ട് പുതപ്പു വലിച്ചെടുത്തു മൂടി പ്പുതച്ചു.

ഉത്തരത്തിന്മേലുള്ള ഗൗളിയുടെ മേൽ ഉണ്ണിയുടെ കണ്ണുചെന്നു വീണു. എത്രനേരമായി ആ ഗൗളി അവിടെത്തന്നെ നിൽക്കുന്നു. ഉണ്ണിക്ക്

അദ്ഭുതം തോന്നി. ഇന്നു രാവിലെ കണികണ്ടത് അതിനെയാണ്. പല്ലു തേക്കാൻ താഴത്തേക്കിറങ്ങിപ്പോവുന്നതുവരെ അതിനെത്തന്നെ നോക്കിക്കിടന്നു. മടങ്ങി വന്നപ്പോഴും അവിടെത്തന്നെയുണ്ട്.

ഗൗളിയെക്കണ്ടു മുഷിഞ്ഞപ്പോൾ ഉണ്ണി ചെരിഞ്ഞു കിടന്നു.

ചുമര് കഴിഞ്ഞ കൊല്ലമാണ് വെള്ള പൂശിയത്. ഒക്കെ പാണ്ടും ചൂണ്ടുമായിപ്പോയി. പഴയ ടൈംപീസിരിക്കുന്ന സ്റ്റാൻഡിനു കുറച്ചു താഴെ വലത്തുഭാഗത്തായി ഉള്ള ഒരു പാണ്ടിൽ കണ്ണുനട്ടുകൊണ്ട് ഉണ്ണി കിടന്നു. ആ പാണ്ടിന് മനുഷ്യച്ഛായയുണ്ടെന്ന് ഉണ്ണിക്കു തോന്നി. പിന്നെയും ശ്രദ്ധിച്ചപ്പോൾ നരച്ച തലമുടിയും ചുക്കിച്ചുളിഞ്ഞ മുഖവും നീട്ടിയ കാതുകളും തെളിഞ്ഞുതെളിഞ്ഞു വന്നു.

ഉണ്ണി മുഖം തിരിച്ചു. ചുമരിനു പുറംതിരിഞ്ഞു കിടന്ന് ജനാലയിലൂടെ പുറത്തേക്കു നോക്കി. വെയിൽ നല്ലവണ്ണം പരന്നിട്ടുണ്ട്. കുറച്ചുനേരം കഴിഞ്ഞാൽ ഭാർഗ്ഗവിയും അമ്മുവും പടികടന്നുവരും. കിഴക്കോർത്ത് കുറേ നേരം അമ്മയോട് ഞായം പറഞ്ഞുനിൽക്കും ഭാർഗ്ഗവി. അമ്മ നാട്ടുവർത്തമാനങ്ങൾ അറിയുന്നത് അങ്ങനെയാണ്. കൈയിലെ സോപ്പുപെട്ടിയിലും മാറിയുടുക്കാനുള്ള തുണികളിലും തിരുപ്പിടിച്ചുകൊണ്ട് അമ്മുവും എല്ലാം ശ്രദ്ധിച്ചു കേൾക്കും.

ആദ്യമൊക്കെ മുടക്കുദിവസങ്ങളിലേ അമ്മു കുളിക്കാൻ വരാറുള്ളൂ. നാലിൽ തോറ്റപ്പോൾ ഭാർഗ്ഗവി അവളെ മൂന്നിൽ കൊണ്ടിരുത്തി. നാലിൽ ത്തന്നെയാണ് ഇരുത്തേണ്ടതെന്ന് അമ്മ എത്ര പറഞ്ഞുകൊടുത്തിട്ടും ഭാർഗ്ഗവിക്കു ബോദ്ധ്യമായില്ല. ഏതായാലും പിറ്റേന്നുമുതൽ അമ്മു സ്കൂളിൽപ്പോക്കു നിർത്തി.

കോണിപ്പടിയുടെ ശബ്ദം കേട്ടു. അമ്മയാവുമെന്നൂഹിച്ചത് ശരിയായി. അമ്മ തനിക്കുള്ള കഞ്ഞിയും കൊണ്ടുള്ള വരവാണ്.

കൈയിലെ പാത്രങ്ങൾ മേശപ്പുറത്തുവെച്ച് അമ്മ കട്ടിലിനടുത്തേക്കു സ്റ്റൂൾ വലിച്ചിട്ടു. മേശപ്പുറത്തുനിന്ന് സ്റ്റീൽക്കിണ്ണമെടുത്ത് സ്റ്റൂളിൽവെച്ച് കഞ്ഞി വിളമ്പി. പൊടിയരിക്കഞ്ഞി. കുമ്പിൾ കുത്തിയ പ്ലാവിലയും വെച്ചു. ഉണ്ണി അതെല്ലാം നിർന്നിമേഷം കണ്ടുകിടന്നു. മരികയിൽ നിന്ന് ഉപ്പു വിതറിയ കണ്ണിമാങ്ങ കൂടി വിളമ്പിയിട്ട് അമ്മ പറഞ്ഞു.

“കഴിച്ചോളൂ.”

ഉണ്ണി പുതപ്പു മാറ്റി എഴുന്നേറ്റിരുന്നു. മഞ്ഞനിറത്തിലുള്ള പ്ലാവിലയെടുത്ത് ഒരു കവിൾ കഞ്ഞി അകത്താക്കി. ഒരു കണ്ണിമാങ്ങാക്കഷണമെടുത്ത് വായിലിട്ടു. വാടിയ കണ്ണിമാങ്ങ.

അരക്കൊല്ലപ്പരീക്ഷക്കാലം. സ്കൂളിൽനിന്നു മടങ്ങിവരുന്നത് മാമ്പൂമണം നിറഞ്ഞ തൊടിയിലൂടെ. കാലമാവും മുമ്പേ പൂത്ത മാവുകളിൽ

നിന്ന് കൊഴിഞ്ഞുവീണ കണ്ണിമാങ്ങകൾ. ആർത്തിയോടെ പെറുക്കിയെടുക്കാൻ തുടങ്ങുമ്പോൾ അനീത്തിയും ഒപ്പം കൂടുന്നു. "ഏട്ടാ, എനിക്ക് ആറെണ്ണം കിട്ടി. ഏട്ടനോ?" അനീത്തിയുടെ വലിയ കണ്ണുകൾ. പൊരിഞ്ഞ വെയിലത്ത് രണ്ടുനാഴിക താണ്ടിവന്ന കെടുതി. ഓടി അടുക്കളയിലെത്തുന്നു. "അമ്മേ ഇനിക്ക് വല്ലാണ്ട് ദാഹിക്ക്ണു...."

അമ്മ ജനലഴികളിൽ ചാരിയിരുന്ന് പുറത്തേക്കു നോക്കി. ജനൽ ചൊരിഞ്ഞ വെളിച്ചത്തിൽ അമ്മയുടെ മുഖത്തെ ആലസ്യം ഉണ്ണി തിരിച്ചറിഞ്ഞു.

"ദാ കണ്ടേ്വാ ഉണ്ണ്യീ", ജനലിനു പുറത്തേക്കു വിരൽചൂണ്ടി അമ്മ പറഞ്ഞു. "കൊന്ന പൂവിടാൻ തൊടങ്ങീരിക്ക്ണു. ഇനി മേടം ഒന്നാന്ത്യായാ ഒറ്റ പൂവ്ണ്ടാവ്ല്യാ."

ഉണ്ണി അമ്മയെ കാണുകയായിരുന്നു. അമ്മയുടെ തലമുടി മുഷിഞ്ഞിരിക്കുന്നു. കഴുത്തിൽ ചളി ഒരു വരയായി നിൽക്കുന്നു. കണ്ണുകൾ തൂങ്ങിയിരിക്കുന്നു.

ഉണ്ണി അമ്മയുടെ ചെറുതാലിത്തിളക്കത്തിൽ കണ്ണുനട്ടുകൊണ്ട് അനങ്ങാതിരുന്നു.

"എന്താ രുചില്യേ നെണക്ക്?" അമ്മ ചോദിച്ചു "പനീടെ ലക്ഷണാണ്. അച്ഛൻ ഒന്നും കഴിക്കാണ്ടെയാണ് ആപ്പീസിൽ പോയത്. ഇഡ്ഡലീം ചട്ട്ണീം കൊട്ത്തപ്പൊ വെശ്പ്പ്ല്യാന്നു പറഞ്ഞു. വല്ലാത്ത ക്ഷീണംന്ന് പറഞ്ഞ് കുളിച്ചൂല്യ രാവ്ലെ."

അച്ഛൻ എന്നും രാവിലെ എണ്ണ തേച്ചു കുളിക്കും. അനീത്തിയും താനും കൂടി സ്കൂളിലേക്കു പുറപ്പെടുമ്പോഴാണ് അച്ഛൻ തലയിൽ ഒരു പൊത്ത് എണ്ണയുമായി കടവിലേക്കു പോവുക.

"വെശപ്പ്ല്ലെങ്കിൽ കഴിക്കണ്ട ഉണ്ണ്യീ," അമ്മ എഴുന്നേറ്റു. "പനിക്ക് പട്ടിണീന്നാ പറയാ." നിലത്തുവീണ വറ്റ് അമ്മ കിണ്ണത്തിൽ പെറുക്കിയിട്ടു. മേശപ്പുറത്തുനിന്ന് പാത്രങ്ങൾ കൈയിലെടുത്തു.

അമ്മ പോയപ്പോൾ ഉണ്ണി ജനാലയ്ക്കു നേരെ തിരിഞ്ഞുകിടന്നു. ശരിയാണ് അമ്മ പറഞ്ഞത്. കണിക്കൊന്ന മുഴുവൻ പൂത്തിരിക്കുന്നു. ഉണ്ണി കഴിഞ്ഞ വിഷുവിനേക്കുറിച്ചോർമ്മിച്ചു. അന്നും പൂവ് അങ്ങാടിയിൽ നിന്നു വാങ്ങിക്കൊണ്ടുവരേണ്ടിവന്നു. അച്ഛനാണ് വാങ്ങിക്കൊണ്ടുവന്നത്. "സ്വർണ്ണം പോലുണ്ട്," അച്ഛന്റെ കൈയിൽനിന്ന് കൊന്നപ്പൂക്കൾ വാങ്ങിയ അനീത്തിയുടെ കണ്ണുകൾ ഒന്നുകൂടി വലുതായി. "അതിന് സ്വർണ്ണത്തിൻ്റത്ര വെലേംണ്ട്," അച്ഛൻ ചിരിച്ചുകൊണ്ട് പറഞ്ഞു.

പനി മാറി കുളിച്ചാൽ അന്നുതന്നെ കൊന്നമരത്തിൽ പൊത്തിപ്പിടിച്ചു കയറണം, ഉണ്ണി തീരുമാനിച്ചു. പൂക്കൾ കുലകുലയായി പറിച്ചെടുക്കണം.

എന്നിട്ട് പടി മുതൽ നടപ്പാത മുഴുവനും പൂക്കൾ വാരി വിതറണം. സ്വർണ്ണ പ്പരവതാനി വിരിക്കണം.

ഉണ്ണിയുടെ കണ്ണുകൾ പടിക്കലേക്കു ചെന്നു. മുളംപടികൾ നുഴഞ്ഞു കടന്ന് അമ്മു വരുന്നത് അപ്പോഴാണ് ഉണ്ണി കണ്ടത്. അമ്മുവിന്റെ ഇടത്തേ കൈത്തണ്ടയിൽ മാറിയുടുക്കാനുള്ള തുണി ഉണ്ടായിരുന്നു. പടി കടന്ന അമ്മു സ്വർണ്ണപ്പൂക്കളിൽ എങ്ങനെ ചവിട്ടുമെന്ന് സംശയിച്ചുനിന്നു. ഉണ്ണി പൂക്കൾ ചവിട്ടിമെതിച്ച് മുന്നോട്ടു ചെന്നു.

"വരൂ അമ്മൂ."

"അയ്യോ പൂക്കളൊക്കെ ചതഞ്ഞുപോവ്ല്യെ ഉണ്ണീ?"

സംശയിച്ചു നിൽക്കുന്ന അമ്മുവിന്റെ കൈ പിടിച്ച് പതുക്കെ വലിച്ചു. അമ്മു കൈ കുതറിവിടുവിക്കാൻ ശ്രമിച്ചു.

"അമ്മൂന് ഇനിം പൂക്കള് വേണോ? നോക്കൂ, ഇനിക്ക് ഇതിലൊന്ന് കേറ്റ് വേണ്ടൂ. എത്ര വേണമെങ്കിലും പറിച്ചു തരാം."

മറുപടിക്കു കാത്തുനിൽക്കാതെ ഉണ്ണി കൊന്നമരത്തിൽ പിടിച്ചു കയറി. കയറിക്കയറി വളരെ ഉയരത്തിലെത്തി. എത്ര കൈയെത്തിച്ചിട്ടും പൂക്കൾ തൊടാൻ കിട്ടുന്നില്ല. ഉണ്ണി വീണ്ടും കൈയെത്തിച്ചുനോക്കി. അതാ, ആ പൂങ്കുലയും അകന്നുപോയി. ഒന്നുകൂടി ആഞ്ഞുനോക്കി, അതും...

"ഉണ്ണി താഴത്തേക്കിറങ്ങു. എനിക്ക് പൂവേ വേണ്ട," അമ്മു വിലക്കിയ പ്പോൾ ഉണ്ണി നിലത്തേക്ക് ഊർന്നിറങ്ങി. നടപ്പാതയിലെ കൊന്നപ്പൂക്കൾ വാരിവാരിയെടുത്ത് അമ്മുവിന്റെ മേൽ ഇട്ടു.

"മതി മതി ഉണ്ണീ," അമ്മു ചിരിച്ചു. "എനിക്ക് ഇക്ക്ള്യാവ്ണൂ."

മാറിയുടുക്കാനുള്ള തുണികൾ മാറോടടക്കിപ്പിടിച്ച് അമ്മു ഓടി. ഉണ്ണി പിന്നാലെയും. പുഴക്കരയിലെത്തിയപ്പോൾ അമ്മു ഒരു കുറ്റിയിൽ തട്ടി ത്തടഞ്ഞു വീണു. ഉണ്ണിയും ഒപ്പമെത്തി. അമ്മു എഴുന്നേറ്റിരുന്ന് കുടു കുടെ ചിരിച്ചു.

"എന്തേ അമ്മ കുളിക്കാൻ വരാത്തത്?" അമ്മുവിന്റെ അടുത്തിരുന്ന് ഉണ്ണി ചോദിച്ചു. "അമ്മൂന്റെ അമ്മ വന്നിട്ടു വേണം കുളിക്കാൻ പൂവ്വാൻന്ന് പറഞ്ഞിരിക്കാർന്നു അമ്മ."

"അമ്മയ്ക്ക് പന്യാണ് ഉണ്ണീ, ഉണ്ണീടെ അമ്മേടെ അടുത്ത് ഗോരോച നാദി ഗുളികെണ്ടോന്ന് ചോദിക്കാനാ ഞാൻ വന്നത്."

അമ്മുവിന്റെ അമ്മ ഭാർഗ്ഗവിയാണെന്നായിരുന്നു ഇതുവരെ ധരിച്ചിരു ന്നത്. ഈയിടെയാണ് അനീത്തി പറഞ്ഞത് കാർത്ത്യായനിയാണ് അമ്മു വിന്റെ അമ്മയെന്ന്. അന്നു മുതൽ സന്ദർഭം കാത്തിരിക്കുകയായിരുന്നു ഉണ്ണി. ചോദിച്ചപ്പോൾ അമ്മു പാവാടത്തുമ്പിൽ തിരുപ്പിടിച്ചുകൊണ്ടിരുന്നു.

“എനിക്ക് ആറു വയസ്സുള്ളപ്പൊ ഞാൻ ഭാർഗ്ഗവിവല്യമ്മേടടുത്ത് ചെന്നു. വല്യമ്മയ്ക്ക് കുട്ടികളൊന്നൂല്യലൊ. കൊറച്ചു ദിവസം താമസിച്ചു പോയാ മതീന്ന് വല്യമ്മ നിർബന്ധിച്ചു. പിറ്റേന്ന് എനിക്കു പനി പിടിച്ചു. പനീന്ന് ച്ചാലോ ചൂട്ടുപൊള്ളണ പനി. മൂന്നു ദിവസം ബോധല്യാണ്ടെ കെടന്നു. പിന്നെ ഇടയ്ക്കിടെ അമ്മേന്ന് വിളിച്ചുകൊണ്ട് ഒണർന്നു. അപ്പോഴൊക്കെ വല്യമ്മയാണ് വിളി കേട്ടത്. ഏഴാം ദിവസം കുളിച്ചു. പിറ്റേന്ന് അമ്മ വന്നു വിളിച്ചപ്പോൾ വല്യമ്മ പറഞ്ഞു. ഇവളെ എനിക്കു താ കാർത്തു. നെണക്ക് വേറെ കുട്ട്യോള്ല്യേ? അന്നുമുതൽ ഞാൻ അവിടെയായി താമസം.”

രണ്ട്

പുറത്ത് നാളങ്ങൾ പടർത്തിനിൽക്കുന്ന വെയിലിലേക്കാണ് ഉണ്ണി കണ്ണു തുറന്നത്. മുറ്റത്തെ ചെമ്പരത്തിപ്പൂക്കളുടെ രക്തപ്രഭയിൽ ഉണ്ണിയുടെ കണ്ണുകൾ വേദനിച്ചു. ഇലകൾ വാടിത്തളർന്നുനിൽക്കുന്നു.

സമയം എത്രയായിട്ടുണ്ടാവാം? നിഴലുകൾ കണ്ടാൽ ഏകദേശം രണ്ടു മണിയായെന്നു തോന്നും. പാതയ്ക്കപ്പുറത്തുള്ള വീട്ടിൽനിന്ന് പതിവുള്ള രാമായണം വായന കേൾക്കാനുണ്ട്. ഒന്നും തിന്നാനില്ലാത്തതു കാരണം അത്തിമരച്ചുവട്ടിൽ ആ വീട്ടിലെ പയ്യ് മയങ്ങിക്കിടക്കുന്നു.

അമ്മ ഉറങ്ങുകയാണോ ആവോ. ഉച്ചനേരങ്ങളിൽ അമ്മ ചെറിയ ഒരു മയക്കം പതിവുണ്ട്. ഇടനാഴിയിലെ ബെഞ്ചിൽ അന്നത്തെ പേപ്പറെടുത്ത് വായിച്ചാണ് അമ്മ കിടക്കുക. കുറച്ചു കഴിഞ്ഞാൽ കണ്ണട ഊരിവെച്ച് കൈത്തണ്ട തലയണയാക്കി ചെരിഞ്ഞു കിടന്നുറങ്ങുന്നതു കാണാം.

ഓട്ടിൻ പുറത്തിരുന്ന ഒരമ്പലപ്രാവ് കുറുകി. കവുങ്ങിൻ തോപ്പു കടന്ന് ഒരു ചുടുകാറ്റു വന്നു.

പുതപ്പു ശരിയാക്കി ഉണ്ണി മലർന്നു കിടന്നു. അപ്പോഴാണ് ഉത്തരത്തിന്മേലുണ്ടായിരുന്ന ഗൗളിയെ കാണാനില്ലെന്ന് അറിഞ്ഞത്. തട്ടിൽ മുഴുവനും കണ്ണോടിച്ചു നോക്കി. ഗൗളിയെ കണ്ടില്ല.

ഉണ്ണി വലത്തോട്ട് ചെരിഞ്ഞുകിടന്നു. കണ്ണുകൾ കലണ്ടറിൽ ചെന്നു വീണു. ഇന്ന് തിയതി പത്തൊമ്പത്, ബുധനാഴ്ച. ഒരുപക്ഷേ ഇന്ന് അവസാനത്തെ ക്ലാസ്സാവും. ഇരുപത്തിനാലാന്തി പരീക്ഷ തുടങ്ങുമെന്നാണ് മാഷ് ഇന്നലെ പറഞ്ഞത്.

കലണ്ടറിൽത്തന്നെ കണ്ണുനട്ടു കിടക്കവേ, ഓരോ അക്കത്തിനും ജീവൻ വെക്കുന്നുണ്ടെന്ന് ഉണ്ണിക്കു തോന്നി. നോക്കി നോക്കിയിരിക്കുമ്പോൾ അവ വലുതായി വലുതായി വരുന്നതുപോലെ. “ഇന്നു സ്കൂളിൽ പോയില്യ ഉവ്വോ?” 2 എന്ന അക്കം കുസൃതിയോടെ കണ്ണിറുക്കിക്കാണിച്ചു. “മടിയാണ് അല്ലേ,” 7 കളിയാക്കിയതുപോലെ ഉണ്ണിക്കു

തോന്നി. 5ന് ഒരു ജാള്യഭാവമാണ്. 1 ഗൗരവപ്രകൃതിയാണ്. 2, 9, 16, 23, 20 എല്ലാം ചുവപ്പുനിറത്തിൽ. 8–ഉം ചുവന്നിട്ടുതന്നെ. കറുത്ത അക്കങ്ങളേക്കാൾ കുറച്ചു കേമത്തമുണ്ടെന്ന നാട്യമാണ് അവക്ക്. നോക്കിയിരിക്കുമ്പോൾ അക്കങ്ങൾ ചെറുതാവുകയും വലുതാവുകയും ചെയ്തുകൊണ്ടിരുന്നു.

താഴത്തുനിന്ന് അച്ഛന്റെ ശബ്ദം കേൾക്കുന്നുണ്ടല്ലോ. ഉണ്ണി ചെവിയോർത്തു കിടന്നു. അച്ഛൻ ഇത്ര നേർത്തേ ഓഫീസിൽനിന്നു വന്നുവെന്നോ?

അമ്മയുടെ ശബ്ദം കേൾക്കാനുണ്ട്.

ദാഹിക്കുന്നു. ഉണ്ണി പുതപ്പുമാറ്റി എഴുന്നേറ്റിരുന്നു. മേശപ്പുറത്തുനിന്ന് ബാർലിവെള്ളമെടുത്തു കുടിച്ചു.

ഉണ്ണി പുറത്തെ വെയില് കണ്ടുകൊണ്ടു കിടന്നു.

അച്ഛൻ കുട നിവർത്തിപ്പിടിച്ച് പടി കടന്നുവരുന്നതു കണ്ടു. മാവിന്റെ തണലിലെത്തിയപ്പോൾ കുട ചുരുക്കി മുഖമുയർത്തി തന്നെ നോക്കി ചിരിച്ചു.

അച്ഛൻ കോണി കയറി അടുത്തുവന്നു. “നിന്റെ കാര്യം പറയാൻ ഞാൻ വൈദ്യരുടെ അടുത്തുപോയി. അപ്ളാ അറിഞ്ഞത് വൈദ്യര് പനിപിടിച്ച് കെടക്കാണ്ന്ന്.”

അച്ഛൻ ചിരിച്ചു. ചിരിച്ചപ്പോൾ തലമുടിക്ക് തീ പിടിച്ചു. “അച്ഛാ തീയ്” എന്ന് ഉണ്ണി പറഞ്ഞു. “അതു സാരല്യാ, ഇന്ന് കുളിക്കാഞ്ഞിട്ടാണ്” എന്ന് അച്ഛൻ പറഞ്ഞപ്പോൾ അതു ശരിയാണെന്ന് ഉണ്ണിക്കു തോന്നി.

മൂന്ന്

നെറ്റിയിലെ വിരൽസ്പർശമാണ് ഉണ്ണിയെ ഉണർത്തിയത്. കണ്ണുതുറന്നത് അമ്മയുടെ മുഖത്തേക്കാണ്.

“പനി ഒട്ടും കൊറവ്ല്യ,” അമ്മ കിടക്കയിൽ ഇരുന്നു. “ഇണ്ടെങ്കിലും ലേശം കൂടുതലാ.”

മേശപ്പുറത്തുനിന്ന് കാപ്പിഗ്ലാസ്സെടുത്ത് ഉണ്ണിക്കു കൊടുത്തുകൊണ്ട് അമ്മ പറഞ്ഞു. “പന്യായാ പകലൊറങ്ങര്ത് ഉണ്ണീ.”

ഉണ്ണി എഴുന്നേറ്റിരുന്ന് കാപ്പി കുറേശ്ശക്കുറേശ്ശയായി കുടിച്ചു.

“അച്ഛൻ ഇന്ന് നേർത്തെ വന്ന്വോ ഓഫീസിൽന്ന്?” ഉണ്ണി ചോദിച്ചു.

“ഉവ്വ്, അച്ഛന് ക്ഷീണണ്ട്ത്രേ. വന്ന ഉടനെ കൊറെ ജീരകവെള്ളം കുടിച്ചു. ഉച്ചയ്ക്ക് ഒന്നും കഴിച്ചൂല്യാ.”

“അച്ഛനുണ്ടോ പനി?”

“ഉവ്വ്ന്നാ തോന്നണ്. താഴത്ത് മൂടിപ്പൊതച്ച് കിടക്കാണ് ഇപ്പോ.”

ഉണ്ണി അമ്മയുടെ കണ്ണുകളിലേക്ക് നോക്കി. ഇമകൾ പകുതി അടഞ്ഞു കിടക്കുകയാണ്. അമ്മ ഇന്ന് കണ്ണെഴുതിയിട്ടില്ല. നെറ്റിയിൽ പതിവുള്ള ചന്ദനപ്പൊട്ടുമില്ല.

“അമ്മ കുളിച്ച്ല്യേ ഇന്ന്,” ഉണ്ണി ചോദിച്ചു.

അമ്മ ഇല്ലെന്നു തലയാട്ടി. “ഭാർഗ്ഗവീടെ ഒപ്പം പുവ്വാം കടവിലേക്ക് എന്നു വിചാരിച്ചിരിക്കാർന്നു. അപ്പൊ ഭാർഗ്ഗവി വന്ന്ല്യ. കൊറച്ചുമുമ്പ് അമ്മു വന്നു ഗോരോചനാദി ഗുളികെണ്ടോന്ന് ചോദിക്കാനാണ് വന്നത്. ഭാർഗ്ഗവിക്ക് പന്യാണത്രേ. പിന്നെ ഞാനും കുളിക്കാൻ പോയില്യ. കണ്ണ് കൊറേശ്ശേ പൊകയ്ണ്ണ്ടോന്ന് സംശം തോന്നി.”

അച്ഛനും തനിക്കുമൊക്കെ പനി വന്നാൽ മൂടിപ്പുതച്ചു കിടക്കാം, ഉണ്ണി ആലോചിച്ചു. എല്ലാം അമ്മ ചെയ്തുതരും. പക്ഷേ അമ്മയ്ക്ക് എത്ര വയ്യാതായാലും പണിയെടുക്കണം. ഉണ്ണിക്ക് പാവം തോന്നി.

“നാളെ മുത്തശ്മേടെ ചാത്താണ്,” അമ്മ പറഞ്ഞു. “അനീത്തി വന്ന്ട്ട് വേണം മേലോട്ടരേക്ക് ആളെ വിടാൻന്ന് വിചാരിച്ച് ഇരിക്ക്യാർന്നു. എനിക്ക് സുഖല്യാച്ചാലും കുളിച്ച് വട്ടം കൂട്ടാൻത്ര ബുദ്ധിമുട്ടൊന്നുല്യാ. ഇപ്പോ അച്ഛന്റെ കാര്യായി കഷ്ടം. ചാത്തം മൊടങ്ങുംന്നന്നാണ് തോന്നണ്.”

“മുത്തശ്മ എങ്ങനാ മരിച്ചത് അമ്മേ?” ഉണ്ണി ചോദിച്ചു.

“വയസ്സായിട്ടന്നെ,” അമ്മ പറഞ്ഞു. “എൺപത്തിരണ്ടു തികഞ്ഞ ആ മേടത്ത്ലല്ലേ മുത്തശ്മ മരിച്ചത്.”

അമ്മ പൊളി പറയുകയാണ്. മുത്തശ്ശ്യമ്മ പനി പിടിച്ചാണ് മരിച്ചത്. ഉണ്ണിക്കുറപ്പുണ്ട്. മുത്തശ്ശ്യമ്മയുടെ മുറിയിൽ നാലുദിവസം പനിയുടെ നാറ്റം തളംകെട്ടി നിന്നു. സ്വതേ ഉറക്കം നന്നേ കഷ്ടിയാണ് മുത്തശ്ശ്യ മ്മയ്ക്ക്. പക്ഷേ അവസാനത്തെ നാലുദിവസം ഉറക്കം തന്നെയായിരുന്നു. തന്നെ ഒന്നു വിളിച്ചതുപോലുമില്ല. അല്ലെങ്കിൽ നാഴികയ്ക്കു നാല്പതു വട്ടം വിളിക്കാറുള്ളതാണ്. രാത്രി ഊണു കഴിഞ്ഞാൽ കക്കൂസിൽപ്പോക്കു പതിവുണ്ട് മുത്തശ്ശ്യമ്മയ്ക്ക്. താൻ തുണയ്ക്ക് ചെല്ലണം. കമ്പിറാന്ത ലെടുത്ത് കവുങ്ങിൻകൂട്ടത്തിനിടയിലൂടെ കൂടെപ്പോവും. വിളക്കിന്റെ നാളത്തിനെതിരെ വിരലുകളുടെ നിഴൽകൊണ്ട് കക്കൂസിന്റെ ചുമരിൽ നായയെ വരയ്ക്കാൻ പഠിപ്പിച്ചത് മുത്തശ്ശ്യമ്മയാണ്.

മുത്തശ്ശ്യമ്മ ഉറങ്ങിക്കിടന്ന ദിവസങ്ങളിൽ അച്ഛനുമമ്മയും ഉറക്ക മൊഴിച്ച് അടുത്തിരുന്നു. നാലാംദിവസം താൻ ഉറക്കത്തിൽനിന്നു ഞെട്ടി യുണർന്നത് താഴത്തുനിന്ന് ആരുടെയൊക്കെയോ വർത്തമാനം കേട്ടാണ്. അപ്പോൾ അങ്ങെല്ലത്തെ നാരായണപ്ഫൻ അടുത്തു നില്പുണ്ടായിരുന്നു. തന്റെ കൈക്കുപിടിച്ച് താഴത്തേക്കു കൊണ്ടുപോയി. തെക്കേ അറയിൽ

ചെന്നപ്പോൾ മുത്തശ്ശ്യമ്മയെ നിലത്തിറക്കിക്കിടത്തിയിരിക്കുന്നതു കണ്ടു. തലയ്ക്കൽ ഒരു നാളികേരമുറിയിൽ എണ്ണയൊഴിച്ച തിരി കത്തുന്നു. പകച്ചുനിന്നപ്പോൾ നാരായണപ്ഫൻ തന്നെ എടുത്തുപൊക്കി. “മുത്തശ്മ മരിച്ചു ഉണ്ണീ.”

“ചാത്തം ഊട്ടില്യാച്ചാ എന്താണ്ടാവാ അമ്മേ?” ഉണ്ണി ചോദിച്ചു.

“ഒന്നൂണ്ടാവ്ല്യ. വേറൊരൂസം ഊട്ടണം അത്രന്നെ.” അമ്മ എഴുന്നേറ്റു ഗ്ലാസ്സെടുത്തു. “കഷായം കഴിക്കേണ്ടി വരുംന്നാ തോന്നണേ. ആപ്പീസിന്ന് വരണ വഴിക്ക് അച്ഛൻ വൈദ്യരുടെ അടുത്ത് പോയ്യേർന്നൂത്രേ. വൈദ്യരും പനി പിടിച്ചു കെടക്കാണ്ന്നാ അച്ഛൻ പറഞ്ഞത്.” അമ്മ പതുക്കപ്പെതുക്കെ നടന്നുപോയി. കോണിപ്പടികൾ ക്ഷീണിച്ച ശബ്ദമുണ്ടാക്കി.

ഉണ്ണി ജനാലയിലൂടെ പുറത്തു നോക്കിക്കിടന്നു. വെയില് ചാഞ്ഞിരിക്കുന്നു. മാവിന്റെ നിഴൽ മുറ്റം മുഴുവൻ പരന്നു കിടക്കുന്നു.

പടിക്കലൂടെ മൂന്നാലു സ്കൂൾ കുട്ടികൾ ഒച്ചവെച്ച് കടന്നുപോയി. അക്കരെ താമസിക്കുന്നവരാണ്. തോണി കിട്ടാനുള്ള ബദ്ധപ്പാടിൽ അവർ സ്കൂളിൽനിന്ന് എന്നും ഓടിയിട്ടാണ് മടങ്ങുക.

ഇനി എപ്പോൾ വേണമെങ്കിലും അനീത്തി വരാം.

അപ്പോൾ, അതാ, അനീത്തി വരുന്നു!

ഉണ്ണി ഉത്സാഹത്തോടെ എഴുന്നേറ്റിരുന്നു. കോണിപ്പടിയുടെ കോലാഹലം. അനീത്തി ഓടി അടുത്തുവന്ന് കട്ടിലിൽ കൊടുംകൈകുത്തി നിന്നു.

“ഏട്ടാ ഇന്ന് ഭാസ്ക്കരൻ സ്കൂളിൽ വന്നേർന്ന്ല്യ. അതു കാരണം പുസ്തകം കൊടുക്കാൻ പറ്റില്യ. ഉച്ചയ്ക്ക് ഇന്റർവെല്ലിന് ഏട്ടന്റെ ക്ലാസിൽ പോയപ്പോ ആരുംണ്ടാർന്ന്ല്യ. കരുണാകരൻ മാഷും ഇന്ന് ലീവാർന്നൂന്ന് പറേണ കേട്ടു.”

എല്ലാം കേൾക്കുന്നുണ്ടായിരുന്നുവെങ്കിലും ഉണ്ണി ഒന്നും കേൾക്കുന്നുണ്ടായിരുന്നില്ല. ഓർമ്മിക്കുകയായിരുന്നു. ഇന്നലെ ഏകദേശം ഇതേ സമയത്താണ് സ്കൂൾവിട്ടു വന്നത്. ക്രാഫ്ട് പുസ്തകത്തിൽ മയിൽപ്പീലി തിരുകിവെച്ചിട്ട് ഒരു മാസം തികയുന്ന ദിവസമായിരുന്നു. മുകളിലേക്ക് ഓടിക്കയറി. മേശവലിപ്പു തുറന്ന് പുസ്തകം പുറത്തെടുത്തപ്പോൾ താഴത്തുനിന്ന് അമ്മയുടെ വിളികേട്ടു. “ഉണ്ണീ കാപ്പികൂടി കുടിക്കാണ്ടെ നീയെന്തേ അപ്ളക്കും മോള്ളിക്ക് ഓടിപ്പോയീത്?” പുസ്തകത്തിൽ മയിൽപ്പീലി പെരുകിയിട്ടില്ലെന്നുകണ്ട് നിരാശനായി താഴേക്കിറങ്ങി. കാപ്പി കുടിക്കുമ്പോൾ തണുക്കുന്നുണ്ടെന്നു തോന്നി. മുഴുവൻ കുടിക്കാതെ അടുപ്പുകല്ലിൽ വെച്ചു പോരുമ്പോൾ അമ്മ ചോദിച്ചു. “എന്താ ഉണ്ണിക്ക്?” പിന്നെ അടുത്തുവന്ന് കൈയുപിടിച്ചു. “ചുട്ട് പൊള്ളുണ്ണ്ടലോ,” അമ്മ പറഞ്ഞു.

"അനീത്തീ," അമ്മയുടെ വിളി കേട്ടു. "കാപ്പികൂടി കുടിക്കാണ്ടെ നീയെന്തേ അപ്ളക്കും മോള്ളിക്ക് ഓടിപ്പോയീത്?" അകലെ മറ്റേതോ ലോകത്തുനിന്നു വരുന്ന ശബ്ദം പോലെ തോന്നി ഉണ്ണിക്കത്.

അനീത്തി പിന്നെയുമെന്തൊക്കെയോ ഞായം പറയാൻ തുടങ്ങുക യായിരുന്നു.

"അമ്മ വിളിക്കണ കേട്ട്ല്യേ," ഉണ്ണി ശാസിച്ചു.

അനീത്തി പോയപ്പോൾ ഉണ്ണി വീണ്ടും കിടന്നു.

വെയ്ല് പിന്നെയും ചാഞ്ഞു.

നിരത്തിലൂടെ രണ്ടു ചെറുമക്കൾ പോത്തുകളെ തെളിച്ച് കടന്നു പോയി. കുളിപ്പിക്കാൻ പുഴയിലേക്കു കൊണ്ടുപോവുകയാവും. പിന്നെയും നാലോ അഞ്ചോ പേർ അതേവഴി കടന്നുപോയി.

ശാസ്താവിന്റെ അമ്പലത്തിൽനിന്ന് ഭക്തിഗാനങ്ങൾ കേട്ടുതുടങ്ങി.

കുളികഴിഞ്ഞ രണ്ടു സ്ത്രീകൾ ഈറൻ വസ്ത്രങ്ങളുമായി കടന്നു പോയി.

നോക്കിനോക്കിക്കിടക്കേ മുറ്റത്തു സന്ധ്യ വന്നു.

പൂമുഖത്തുനിന്ന് മണ്ണെണ്ണക്കുപ്പിയുടേയും കമ്പിറാന്തലിന്റേയും ശബ്ദം കേട്ടു. അച്ഛൻ ചിമ്മിനി തുടച്ചുവൃത്തിയാക്കി വിളക്കുകൊളുത്താ നുള്ള ശ്രമമാവും. ഇത്തിരി കഴിഞ്ഞാൽ കൊളുത്തിയ കമ്പിറാന്തലുമായി അച്ഛൻ കോണി കയറി വരും. വിളക്ക് മേശപ്പുറത്തുവെച്ച് പതിവുപോലെ വളരെ സാവധാനത്തിൽ ഇറങ്ങിപ്പോവും.

താഴത്ത് അമ്മ അനീത്തിയോട് എന്തോ പറയുന്നു.

ചുമരിലെ രൂപം ഇപ്പോൾ കാണാതായിക്കഴിഞ്ഞു. തട്ടിൽ പരുങ്ങി നിന്നിരുന്ന ഗൗളി എവിടെയാണെന്ന് ഒരു രൂപവുമില്ല.

മുറ്റത്തെ ചെമ്പരത്തിപ്പൂക്കൾക്ക് ചുവപ്പ് നഷ്ടപ്പെട്ടിരിക്കുന്നു. ഇല കൾക്കിടയിൽ രാത്രി നുഴഞ്ഞുകയറാൻ തുടങ്ങുകയാണ്.

പിന്നെ മുറിയിലെ അരണ്ട വെളിച്ചത്തിലേക്ക് കമ്പിറാന്തലിന്റെ വെളിച്ചം.

പകൽ കഴിഞ്ഞത് ഉണ്ണി അങ്ങനെ അറിഞ്ഞു.

നാല്

"**എ**ന്റെ ചാത്തം ഊട്ട്ല്യ, അല്ലേ ഉണ്ണീ?"

മുത്തശ്ശ്യമ്മ അങ്ങനെ ചോദിച്ചപ്പോൾ ഒന്നും മിണ്ടാനാവാതെ ഉണ്ണി വിഷമിച്ചു. പറയണമെന്നുണ്ടായിരുന്നു. "മുത്തശ്ശിയമ്മയ്ക്കൊന്നും

തോന്നര്ത്. അച്ഛന് പന്യായിട്ടാണ് മുത്തശ്മേ. അമ്മയ്ക്കും സുഖല്യാണ്ടിരിക്ക്വാണ്..."

"എന്നാ എന്റെ കൂടെ പോരൂ," മൂത്തശ്ശ്യമ്മ കട്ടിലിൽ അടുത്തുവന്നിരുന്നു. ചുക്കിച്ചുളിഞ്ഞ കൈവിരലുകൾകൊണ്ട് ഉണ്ണിയുടെ മേലാസകലം തലോടി. മുത്തശ്ശ്യമ്മയുടെ നരച്ച തലമുടിക്ക് എണ്ണമിനുപ്പുണ്ട്. മുഖത്ത് എണ്ണിയാൽ തീരാത്തത്ര ചൂളിവുകൾ. കണ്ണുകൾക്കെന്താണ് ഒരു ക്ഷീണനാട്യം?

"മുത്തശ്മയ്ക്ക് പനീണ്ടോ?"

മൂത്തശ്ശ്യമ്മ മറുപടി പറഞ്ഞില്ല. പകരം മുഖം ഉണ്ണിയുടെ മുഖത്തോടടുപ്പിച്ചു. പനിയുടെ ഗന്ധംകൊണ്ട് ഉണ്ണിക്കു ശ്വാസംമുട്ടി. സഹിക്കവയ്യാതായപ്പോൾ എല്ലാ ശക്തിയുമുപയോഗിച്ച് തള്ളിമാറ്റി. അപ്പോൾ മുത്തശ്ശ്യമ്മയുടെ മുഖം തെന്നിത്തെന്നി അകലേക്കകലേക്കു മാറി. അവസാനം അതു മാനത്തു ചെന്നുനിന്നു. ഇപ്പോഴും തന്റെ മുഖത്തേക്കു തന്നെ നോക്കുന്നു.

മുത്തശ്മേ-

ഉണ്ണി കണ്ണു തുറന്നു. മുഖം മുതൽ അരയോളം നിലാവ് പൊതിഞ്ഞിരിക്കുന്നു. അകലെ മാനത്ത് പനി പിടിച്ച് വിളറിയ മുഖത്തോടെ തന്നെ നോക്കി നിൽക്കുന്ന ചന്ദ്രൻ.

കട്ടിൽ കവിഞ്ഞ് നിലത്തുവീണ നിലാവിൽ അനീത്തിയുടെ കിടക്ക കണ്ടു. മൂടിപ്പുതച്ച് കിടക്കുകയാണ്. എപ്പോഴാണ് അനീത്തി വന്നു കിടന്നത്?

മേശപ്പുറത്ത് നാട താഴ്ത്തിവച്ച കമ്പിറാന്തൽ നേരിയ വെളിച്ചം തൂവുന്നു.

വിളക്കുമായി കടന്നുവരുന്ന അച്ഛനെ കാത്തുകിടക്കുമ്പോൾ കമ്പിറാന്തലും മറ്റേ കയ്യിൽ ചോറുമായി അമ്മ വന്നതും പകലൂണു കഴിഞ്ഞ് കിടന്നതും ഓർമ്മയുണ്ട്. അമ്മ താഴേക്കു പോയപ്പോൾ വിളക്കും കൂടെക്കൊണ്ടു പോയതാണ്. കിടക്കാൻ വന്നപ്പോൾ അനീത്തിയാവും വിളക്ക് മേശപ്പുറത്തു കൊണ്ടുവന്നുവെച്ചത്.

പാതയ്ക്കപ്പുറത്തുള്ള വീട്ടിൽ വെളിച്ചമില്ല. അവർ ഉറങ്ങിക്കഴിഞ്ഞിരിക്കും. ചെവിയോർത്തു നോക്കി. അച്ഛന്റെ മുറിയിൽനിന്ന് ശബ്ദമൊന്നും കേൾക്കാനില്ല. എപ്പോഴാണ് എല്ലാവരും ഉറങ്ങിപ്പോയത്?

ഉണ്ണിക്ക് അച്ഛനേയും അമ്മയേയും കാണണമെന്നു തോന്നി. പക്ഷേ താഴത്തേക്കിറങ്ങിപ്പോവാനുള്ള ധൈര്യം തോന്നുന്നില്ല. അനീത്തി കൂടെയുണ്ടെങ്കിൽ നന്നായിരുന്നു.

ഉണ്ണി പുതപ്പു മാറ്റി പതുക്കെ എഴുന്നേറ്റിരുന്നു. കട്ടിലിൽ നിന്നിറങ്ങാതെ വിളിച്ചു.

അനീത്തി, അനീത്തി.

അനീത്തി ഉണർന്നില്ല. ഉണ്ണി കുറച്ചുനേരം നിർന്നിമേഷനായി അനീത്തിയെ നോക്കിയിരുന്നു.

അപ്പോൾ ജനാല കടന്ന് ഒരു കാറ്റു വന്നു. ഉണ്ണിക്ക് മേലാസകലം കുളിരുപൊട്ടി.

ചന്ദ്രന്റെ അടഞ്ഞുപോവുന്ന കണ്ണുകൾക്കെതിരെ ഉണ്ണി ജനവാതിലുകൾ അടച്ചു. അതോടെ മുറിയിൽ കമ്പിറാന്തലിന്റെ ക്ഷീണിച്ച വെളിച്ചം മാത്രമായി.

നേരം വേഗം പുലരണേ എന്നു പ്രാർത്ഥിച്ച് ഉണ്ണി കണ്ണുകൾ ഇറുക്കി യടച്ചു കിടന്നു. ∎

രോഹിണി ഭട്ട്

സ്ത്രീധനമരണത്തെക്കുറിച്ച് ഓരോ വാർത്ത വായിക്കുമ്പോഴും ഞാൻ രോഹിണി ഭട്ടിനെക്കുറിച്ച് ഓർത്തുപോവുന്നു.

രോഹിണി എന്റെ സഹപാഠിയായിരുന്നു. ആദ്യത്തെ ക്ലാസ്സിൽത്തന്നെ എല്ലാവരിൽ നിന്നും അകന്ന് ഏറ്റവും പിന്നിലത്തെ ബെഞ്ചിൽ ഒറ്റയ്ക്കു ചെന്നിരുന്ന് അവൾ ശ്രദ്ധ പിടിച്ചുപറ്റി. ബെഞ്ചിൽ ചമ്രം പടിഞ്ഞിരുന്നാണ് അവൾ കുറിപ്പുകൾ എഴുതിയത്. അതു കണ്ടതോടെ എനിക്കു രോഹിണിയോടു വെറുപ്പായി.

ക്ലാസ്സിൽ പകുതിയിലധികം പെൺകുട്ടികളായിരുന്നു. അവരിൽ നിന്നൊക്കെ അകന്നുനിൽക്കുകയായിരുന്നു രോഹിണി. ആ കൂസലില്ലായ്മയും അവളോടുള്ള അനിഷ്ടം വളർത്തുകയാണ് ചെയ്തത്.

ദിവസങ്ങൾ കഴിയുന്തോറും അവൾ ഒരു ഫ്ളർട്ട് ആണെന്ന എന്റെ സംശയം ബലപ്പെട്ടുവന്നു. ഓരോ ദിവസവും ഓരോ ആൺകുട്ടിയുടെ കൂടെ അവളെ കണ്ടു. അവൾ കൈയൊഴിച്ച അപൂർവ്വം പേരിൽ ഒരാളാണ് ഞാനും എന്ന് കരുതിയിരിക്കുമ്പോൾ ഒരു ദിവസം പിന്നിൽ നിന്ന് ഉറക്കെ വിളിച്ചു പറഞ്ഞു.

"ബിജോയ്, ഇന്നു നമുക്ക് ക്ലാസ്സ് കഴിഞ്ഞ് ഒന്നിച്ചു പോവാം."

ഞാൻ അതു കേട്ടില്ലെന്നു നടിച്ച് ഇരുന്നപ്പോൾ അവൾ അടുത്തു വന്ന് അഭ്യർത്ഥന ആവർത്തിച്ചു.

സമ്മതിക്കുകയല്ലാതെ എനിക്കു നിവൃത്തിയൊന്നുമില്ലായിരുന്നു.

ക്ലാസ്സുകഴിഞ്ഞപ്പോൾ പതിവു കൂട്ടുകാരോട് നടന്നുകൊള്ളാൻ പറഞ്ഞ് ഞാൻ വരാന്തയിൽ കാത്തുനിന്നു. രോഹിണി പ്രൊഫസറോട് കാര്യമായി എന്തോ സംസാരിക്കുകയാണ്. കുറച്ചുനേരം കാത്തുനിന്നപ്പോഴേക്കും എന്റെ ക്ഷമ കെട്ടു. ഞാൻ ഇറങ്ങിനടന്നു.

പിറ്റേന്ന് മാപ്പു ചോദിക്കാൻ ഞാൻ രോഹിണിയുടെ അടുത്തു ചെന്നപ്പോൾ അവൾ മുഖം തിരിച്ചു.

ബാധ അതോടെ തീർന്നുവെന്നാണ് വിചാരിച്ചത്. പക്ഷേ അതിന്റെ പിറ്റേന്ന് രോഹിണി ആവശ്യം ആവർത്തിച്ചു.

കൂട്ടുകാരൊക്കെ സ്ഥലം വിട്ടിരുന്നു. രോഹിണി വളരെ പതുക്കെയാണ് നടന്നത്. വേഗം നടന്നു ശീലിച്ച ഞാൻ അവളുടെ പതിഞ്ഞ താളത്തിനൊത്തു നടക്കാൻ വിഷമിച്ചു.

കടലിൽനിന്ന് തണുത്ത കാറ്റടിക്കുന്നുണ്ടായിരുന്നു. അറബിക്കടലിന്റെ റാണിയുടെ പതക്കം അകലെനിന്ന് കാണാനുണ്ടായിരുന്നു. രോഹിണി ഒന്നും മിണ്ടിയിരുന്നില്ല. നിശ്ശബ്ദത ഭഞ്ജിക്കാൻ എന്താണ് പറയേണ്ടത് എന്ന് ഞാൻ ചിന്തിക്കുമ്പോഴാണ് രോഹിണി ചോദിച്ചത്.

“എന്നെ പേടിയാണോ?”

ഞാൻ രോഹിണിയുടെ മുഖത്തേക്കു നോക്കി. അവൾ ചിരിക്കുകയായിരുന്നു. എനിക്കു കലശലായി ദേഷ്യം വന്നു.

“പേടിക്കുന്നത് എന്റെ സ്വഭാവമല്ല,” ഞാൻ പറഞ്ഞു.

“പിന്നെ എന്താ മിനിയാന്ന് ഓടിപ്പോയത്?”

വസ്തുനിഷ്ഠമായ മറുപടി കൊടുത്തേ തീരു. കുറച്ചൊന്നാലോചിച്ച് ഞാൻ പറഞ്ഞു.

“പകല് മുഴുവൻ തിരിമുറിഞ്ഞ പണി. വൈകുന്നേരം ക്ലാസ്സിനു വരണ്ട എന്നുവരെ തോന്നാറുണ്ട്. ക്ലാസ്സുകൂടി കഴിയുമ്പോഴേക്കും ക്ഷീണം ഇരട്ടിക്കും. വല്ല വിധത്തിലും വീട്ടിലെത്തിയാൽ മതിയെന്നാവും. അതാണ് ഈ ഓട്ടം.”

മറുപടി അവൾക്ക് ബോധിച്ചില്ലെന്നു തോന്നുന്നു. ചിരിച്ചുകൊണ്ട് അവൾ വിഷയം മാറ്റി.

“ബിജോയ്, നിങ്ങളുടെ ഭാഷയിൽ പേര് വിജയ് എന്നല്ലേ വേണ്ടിയിരുന്നത്?”

“വിജയൻ എന്നാണ് വേണ്ടത്.”

“പിന്നെ എന്താണ് പേരിൽ ഒരു ബംഗാളിച്ചുവ?”

“ബംഗാളിക്കും മലയാളിക്കും ഒരു സമാനസ്വഭാവമുള്ളതറിയില്ലേ?” ഞാൻ ചോദിച്ചു. “ഉൽക്കർഷബോധം!”

പിന്നെ സ്റ്റേഷനിലെത്തുന്നതുവരെ അവൾ ഒന്നും സംസാരിച്ചില്ല. എന്തിനാണ് അവൾ എന്റെ കൂടെ വരാം എന്നു പറഞ്ഞതെന്ന് അദ്ഭുതപ്പെടുകയായിരുന്നു ഞാൻ. വണ്ടി വന്നപ്പോൾ അവൾ സ്ത്രീകൾക്കുള്ള കംപാർട്ടുമെന്റിലാണ് കയറിയത്.

പിന്നെ രണ്ടു മാസത്തോളം രോഹിണി കാര്യമായ ഒരടുപ്പവും കാണിച്ചില്ല. കണ്ടാൽ “ഹലോ” എന്നു പറഞ്ഞ് ഒന്നു ചിരിച്ചുവെന്നു വരുത്തും. തനിയെ ക്ലാസ്സിൽ വരും. പിന്നിലത്തെ ബെഞ്ചിൽ ചമ്രം പടിഞ്ഞിരുന്ന് കുറിപ്പുകളെഴുതും. ക്ലാസ്സുകഴിഞ്ഞാൽ തനിച്ചു മടങ്ങും.

ദീപാവലി വെക്കേഷൻ തുടങ്ങുന്നതിന്റെ തലേന്ന് അവൾ എന്റെ അടുത്തുവന്ന് ബെഞ്ചിൽ ഒപ്പമിരുന്നു.

"ഡൗറി ഡെത്ത്സിനേക്കുറിച്ച് വല്ല ലേഖനങ്ങളോ റിപ്പോർട്ടുകളോ കൈയിലുണ്ടോ?" അവൾ ചോദിച്ചു.

എനിക്കു കുറച്ച് ആലോചിക്കേണ്ടിവന്നു. ഏതാനും മാസങ്ങൾക്കു മുമ്പ് സൺഡേ വാരികയിൽ ഒരു ഫീച്ചർ കണ്ടത് ഓർമ്മ വന്നു. തപ്പിയെടുക്കേണ്ടി വരും.

"രോഹിണിക്ക് എന്തിനാണ് അത്?" ഞാൻ ചോദിച്ചു.

"പേപ്പർ സബ്മിറ്റ് ചെയ്യണ്ടേ?"

"അതിന് കണ്ടുപിടിച്ച വിഷയമാണോ ഇത്?" എനിക്കു ചിരി വന്നു. "ഇറ്റീസ് ആൻ ഓവർറിട്ടൺ സബ്ജക്റ്റ്."

"ഐ ഡോൺട് മൈൻഡ് ദാറ്റ്," രോഹിണി പറഞ്ഞു. "ഏതു വിഷയമെടുത്താലും ഒരാൾക്ക് സ്വന്തമായി പറയാൻ എന്തെങ്കിലും ഉണ്ടാവും."

വെക്കേഷൻ കഴിഞ്ഞു തുറന്നപ്പോൾ വാരികയുടെ പ്രതിയുമായാണ് ഞാൻ ക്ലാസ്സിലെത്തിയത്. പക്ഷേ രോഹിണി വന്നിരുന്നില്ല. പിന്നേയും രണ്ടാഴ്ച കഴിഞ്ഞാണ് അവൾ ക്ലാസ്സിൽ വന്നത്. വാരിക നീട്ടിയപ്പോൾ അവൾ പറഞ്ഞു. "ഇത് ഇപ്പോൾ കൈയിൽത്തന്നെ വെച്ചോളൂ. ആവശ്യമായാൽ ഞാൻ ചോദിച്ചോളാം."

രോഹിണി ചിന്താമഗ്നയായിരുന്നു. ശല്യപ്പെടുത്തേണ്ടെന്നുകരുതി തിരിച്ചുനടക്കുമ്പോൾ രോഹിണി വിളിച്ചു.

"ബിജോയ്!"

ഞാൻ തിരിച്ചുചെന്നു.

"എനിക്കു വേണ്ടി ഇന്നത്തെ ക്ലാസ്സ് കട്ട് ചെയ്യാൻ ഒരുക്കമാണോ?"

എനിക്ക് ആ ചോദ്യം ഒട്ടും ഇഷ്ടമായില്ല. വാരിക പിന്നീടു മതി എന്നു പറഞ്ഞതോടെത്തന്നെ എനിക്കു മുഷിഞ്ഞിരുന്നു. രണ്ടാമതൊന്നാലോചിക്കാതെ ഞാൻ പറഞ്ഞു. "സോറി ഒരുക്കമല്ല."

ചെയ്തതു തെറ്റായിപ്പോയി എന്നു തോന്നിയത് പിന്നീടാണ്. അങ്ങോട്ടു ചെന്നു പറയാം എന്നുറപ്പിച്ചാണ് കോളേജിലെത്തിയത്. പക്ഷേ, അന്ന് രോഹിണി ക്ലാസ്സിൽ വന്നില്ല.

അന്നു മാത്രമല്ല പിന്നെ തുടർച്ചയായി നാലുദിവസം.

ആറാം ദിവസം ഏതായാലും അവൾ വന്നു. ക്ലാസ്സ് കട്ട് ചെയ്ത് കൂടെച്ചെല്ലാൻ ഒരുക്കമാണെന്നറിയിച്ചപ്പോൾ അവൾ ചിരിച്ചു.

"അവിടത്തെ ദയവ്!"

കടൽത്തീരത്ത് സൂര്യൻ അസ്തമിച്ചുകഴിഞ്ഞിരുന്നില്ല. രോഹിണി ഒന്നും മിണ്ടിയില്ല. പറയട്ടെ എന്നു കരുതി ഞാൻ കാത്തിരുന്നു. ഒടുവിൽ അവൾ പറഞ്ഞു. "ദീപാവലിക്ക് നാട്ടിൽ പോയ സമയത്ത് എന്റെ ഏടത്തി മരിച്ചു."

രോഹിണി എന്റെ മുഖത്തു നോക്കി. ഞാൻ ഞെട്ടുമെന്ന് അവൾ പ്രതീക്ഷിച്ചിരിക്കാം. പത്രത്തിലെ ഒരൊറ്റക്കോള വാർത്ത ഉണ്ടാക്കുന്ന നടുക്കത്തിലപ്പുറമൊന്നും എന്നിലുണ്ടാവാൻ വഴിയില്ല. രോഹിണിക്ക് ഒരേടത്തി ഉണ്ടായിരുന്നു എന്നുതന്നെ ഞാനിപ്പോഴാണല്ലോ അറിയുന്നത്.

“എന്തായിരുന്നു അസുഖം?” മര്യാദയോർത്ത് ഞാൻ ചോദിച്ചു.

“ഒന്നുമുണ്ടായിരുന്നില്ല. ഒരു സ്ത്രീധനമരണത്തെക്കുറിച്ച് പത്രങ്ങളിലൊക്കെ വന്നിരുന്നു. വായിച്ചില്ലേ?”

എന്റെ കണ്ണുകൾ കുടുങ്ങിനിൽക്കാത്ത വാർത്താശീർഷകങ്ങളായിരുന്നു സ്ത്രീധനമരണങ്ങൾ.

“ഓർമിക്കുന്നില്ല,” ഞാൻ പറഞ്ഞു.

“ദീപാവലിയുടെ പിറ്റേന്നാണ്. രാത്രി രണ്ടുമണിക്ക് ഒരു കാർ വീട്ടിൽ വന്നുനിന്നു. ഉടനെ പുറപ്പെടണം. സുമതി വിഷം കഴിച്ച് ആസ്പത്രിയിലാണ് എന്ന് ഏടത്തിയുടെ ഭർത്താവു പറഞ്ഞു. ആസ്പത്രിയിലെത്തിയപ്പോൾ ഏടത്തി സ്കർട്ടു മാത്രമിട്ട് പോസ്റ്റുമാർട്ടം കാത്തുകിടക്കുന്നു. ആഭരണങ്ങളൊക്കെ അഴിച്ചുവെച്ചിരുന്നു.”

ഒരു ദീർഘനിശ്വാസത്തിനുശേഷം രോഹിണി തുടർന്നു.

“അത് ആത്മഹത്യയായിരുന്നുവെന്ന് എനിക്കു വിശ്വസിക്കാൻ കഴിയുന്നില്ല. ദീപാവലി വെക്കേഷന് നാട്ടിൽ വരുമ്പോൾ മൈലാഞ്ചി ഇടാനുള്ള സ്റ്റെൻസിൽ വാങ്ങിക്കൊണ്ടുവരണമെന്ന് ഏടത്തി എനിക്കെഴുതിയിരുന്നു.”

“ആത്മഹത്യയല്ലെന്നു തോന്നാൻ വേറെ കാരണമുണ്ടോ?”

“സുമതിയെ അവരെപ്പോഴും ഹരാസ് ചെയ്തിരുന്നു.”

”സ്ത്രീധനപ്രശ്നത്തിൽ, അല്ലേ?”

“അല്ല. സുമതിയെ കല്യാണം കഴിക്കുമ്പോൾ അവർ ഒരുറുപ്പികപോലും സ്ത്രീധനം ആവശ്യപ്പെട്ടില്ല. ദാരിദ്ര്യംകൊണ്ട് ഞങ്ങൾ കൊടുത്തുമില്ല. നേരെ മറിച്ച് സുമതിയുടെ കല്യാണശേഷം അവരുടെ ദയാവായ്പിലായിരുന്നു ഞങ്ങളുടെ ജീവിതം. എന്നെ ഇത്ര പഠിപ്പിച്ചതും അവർതന്നെ.”

“അപ്പോൾ ഡൗറിഡെത്തെന്ന് പത്രത്തിൽ വന്നത്...”

“അസംബന്ധം!” രോഹിണി ചീറി. “ഈ പത്രക്കാർക്ക് എന്നും ഒന്നു മാത്രമേ പറയാനുള്ളൂ. ഏതെങ്കിലും ഒരു പെൺകുട്ടി മരിച്ചാൽ തുടങ്ങുകയായി ജപം. ഡൗറിഡെത്താണത്രെ! നിങ്ങൾക്കറിയുമോ ഈ മരണങ്ങളിൽ തൊണ്ണൂറുശതമാനവും നടക്കുന്നത് സ്ത്രീധനം കാരണമല്ല. ഞാൻ ഈ ജേർണലിസത്തെ വെറുത്തുതുടങ്ങി.”

“മരണത്തെപ്പറ്റി അന്വേഷിക്കാൻ അച്ഛനമ്മമാർ പൊലീസിൽ പരാതിപ്പെട്ടില്ലേ?” ഞാൻ ചോദിച്ചു.

"ഇല്ല. ഞാൻ പറഞ്ഞില്ലേ, അവരോടുള്ള കടപ്പാട്. എന്നുമാത്രമല്ല" പെട്ടെന്ന് എന്റെ കണ്ണുകളിൽ ഉറ്റുനോക്കിക്കൊണ്ട് രോഹിണി ചോദിച്ചു.

"ഞാൻ സുന്ദരിയാണെന്നു തോന്നുന്നുണ്ടോ ബിജോയ്?"

എനിക്ക് പെട്ടെന്ന് ഉത്തരം പറയാനായില്ല. ഞാൻ എന്റെ സഹപാഠികളെ ഓർത്തുനോക്കി. ജ്യോതി സൊഹാനി, വീണാഷെട്ടി, കൽപ്പന ചൗധരി... രോഹിണി അവരോളം സുന്ദരിയല്ല. ഒരു ശരാശരി പെൺകുട്ടി മാത്രം.

"അല്ലെങ്കിൽ സൗന്ദര്യം ആപേക്ഷികമല്ലേ?" രോഹിണി തന്നോടു തന്നെയെന്നപോലെ ചോദിച്ചു. പിന്നെ തുടർന്നു. "ഞാൻ സുമതിയേക്കാൾ സുന്ദരിയാണെന്നു തോന്നുന്നു."

പിന്നെയും മൗനത്തിന്റെ തുടർച്ച. ഇരുട്ടിയപ്പോൾ ഞങ്ങൾ എഴുന്നേറ്റു.

"നാളെ ക്ലാസ്സിൽ വരില്ലേ?" പിരിയുമ്പോൾ ഞാൻ ചോദിച്ചു.

"തീർച്ചയായും," രോഹിണി പറഞ്ഞു.

പക്ഷേ രോഹിണി പിറ്റേന്ന് ക്ലാസ്സിൽ വന്നില്ല. അന്നുമാത്രമല്ല. പിന്നെ രോഹിണി പഠിക്കാൻ വന്നതേയില്ല.

പരീക്ഷ കഴിഞ്ഞതിന്റെ പിറ്റേന്ന് ആകാശവാണി തിയേറ്ററിൽ ഒരു സിനിമ കാണാൻ പോയതായിരുന്നു ഞാൻ. ടിക്കറ്റെടുത്തു. പടം തുടങ്ങാൻ പിന്നെയും പത്തുമിനിട്ടു കഴിയണം. ഒരു ചായ കുടിക്കാൻ എമ്മ ല്ലേസ് ഹോസ്റ്റൽ കാന്റീനിൽ ചെന്നിരുന്നു. അപ്പോൾ അതാ ഒരു മേശയ്ക്കപ്പുറം രോഹിണി ഇരിക്കുന്നു. ഒപ്പമിരിക്കുന്ന സുമുഖനായ ചെറുപ്പക്കാരനോട് എന്തോ സംസാരിക്കുന്നതിനിടയിൽ അവൾ എന്നെക്കണ്ടില്ല. ശല്യപ്പെടുത്തേണ്ടെന്നു കരുതി ഞാൻ അങ്ങോട്ടു ശ്രദ്ധിക്കാതിരുന്നു.

"ഹലോ!"

രോഹിണി എന്നെ കണ്ടു. ഉടനെ ചെറുപ്പക്കാരനേയും കൂട്ടി എന്റെ അടുത്തേക്കു വന്നു.

"നിങ്ങളുടെ ഭാഷയിലുള്ള സിനിമ കാണാൻ പോവുകയാണ്," ഞാൻ പറഞ്ഞു.

"ഭാവ്നി ഭവായ്?" എനിക്കെതിരെ ഇരുന്ന് അവൾ ചോദിച്ചു.

"അതെ."

രോഹിണി എന്നെ ചെറുപ്പക്കാരന് പരിചയപ്പെടുത്തി.

"അയാം സുധീർ ദോഷി." ചെറുപ്പക്കാരൻ എനിക്കു കൈതന്ന് എതിരെ ഇരുന്നു.

വർത്തമാനത്തിനിടയിൽ കേതൻമേത്ത തന്റെ കോളേജ്മേറ്റായിരുന്നു

എന്ന് അയാൾ പറഞ്ഞു. കാണേണ്ട സിനിമയാണ്. പടത്തിന്റെ പ്രൊഡ ക്ഷൻ യൂണിറ്റിലും അയാൾ ഉണ്ടായിരുന്നുവത്രെ.

അവിടെനിന്നു യാത്ര പറയുമ്പോൾ പിറ്റേന്നു തന്നെ രോഹിണിയെ കാണുമെന്ന് പ്രതീക്ഷിച്ചതല്ല. ഹോട്ടൽ റിറ്റ്സിനു മുമ്പിൽ അവൾ എന്നെ ത്തന്നെ കാത്തുനില്ക്കുകയായിരുന്നു എന്നു തോന്നി. കൂടെ തലേന്നു കണ്ട ചെറുപ്പക്കാരനുണ്ടോ എന്നാണ് ഞാൻ നോക്കിയത്. "ടുഡേ അയാം എലോൺ," രോഹിണി ചിരിച്ചു. "ഒരുകാര്യം ചോദിക്കാനാണ് ഞാനി വിടെ നിന്നത്. നാളെ വൈകുന്നേരം ഒന്നു കാണാൻ സൗകര്യപ്പെടുമോ?"

"ഇഷ്ടംപോലെ," ഞാൻ പറഞ്ഞു.

"എന്നാൽ പറയൂ, എത്ര മണിക്ക്, എവിടെവെച്ച്?"

"വൈകുന്നേരം അഞ്ചര മണി, സൽക്കാർ റെസ്റ്റോറന്റ്."

"ശരി. ഞാൻ നിങ്ങളുടെ അതിഥിയായിരിക്കും. എഗ്രീഡ്?"

പിറ്റേന്ന് അഞ്ചരയ്ക്കു മുമ്പുതന്നെ ഞാൻ സൽക്കാറിന്റെ മുന്നിലെത്തി.

അഞ്ചര കഴിഞ്ഞു രോഹിണി വന്നപ്പോൾ.

റെസ്റ്റോറന്റിൽ നല്ല തിരക്കായിരുന്നു. മേശ ഒഴിയാൻ കാത്ത് ഒഴിഞ്ഞ ഒരു മൂലയിൽ ഞങ്ങൾ നിന്നു. രോഹിണി പതിവിലേറെ ഉല്ലാസവതി യാണെന്ന് എനിക്കു തോന്നി. കസാല കിട്ടി ഇരുന്നപ്പോൾ ഞാൻ മെനു കാർഡ് രോഹിണിക്കുനേരെ നീട്ടി. "യൂ ചൂസ്."

"നോ, അതിഥിക്കു വേണ്ടതെന്തെന്നു നിശ്ചയിക്കേണ്ടത് ആതിഥേയ നാണ്."

മെനു കാർഡിലൂടെ ഞാൻ കണ്ണോടിച്ചു. സ്വതേ മധുരപ്രിയരാണ് ഗുജറാത്തികൾ. സൗത്തിന്ത്യൻ ഡിഷസ് ഒന്നും ഇഷ്ടമായിക്കൊള്ളണ മെന്നില്ല. ഈ സമയത്ത് പഞ്ചാബി ഡിഷസ് ഓർഡർ ചെയ്യുന്നതു പന്തി യാവുമെന്നും തോന്നുന്നില്ല. തീരുമാനമെടുക്കും മുമ്പേ വെയ്റ്റർ അടുത്തു വന്നു.

"രണ്ടു കാപ്പി," ഞാൻ പറഞ്ഞു.

കുറച്ചുനേരത്തെ നിശ്ശബ്ദതയ്ക്കുശേഷം രോഹിണി ചിരിച്ചു.

"നിങ്ങൾ ഒരു നല്ല കാമുകനല്ല."

അതെനിക്കു പൂർണ്ണബോധ്യമായിരുന്നു. പക്ഷേ മുഖത്തുനോക്കി രോഹിണി അങ്ങനെ പറഞ്ഞപ്പോൾ ലേശം സങ്കോചമുണ്ടായെന്നു മാത്രം. രോഹിണി പിന്നെയും ചിരിച്ചു.

"ഒരു മഹദ്വാക്യം കേട്ടിട്ടുണ്ടോ? നല്ല ഒരു കാമുകൻ ഒരിക്കലും നല്ല ഒരു ഭർത്താവാകുന്നില്ല. അതു തിരിച്ചുപറഞ്ഞാൽ ചീത്ത കാമുകൻ എപ്പോഴും നല്ല ഭർത്താവാകുന്നു."

"എന്നാൽ ഞാനിത് ഒരു കോംപ്ലിമെന്റായി എടുത്തോട്ടെ?" ഞാൻ ചോദിച്ചു.

"ആസ് യു ലൈക്ക്," രോഹിണി പറഞ്ഞു.

വെയ്റ്റർ കാപ്പി കൊണ്ടുവന്നു.

കാപ്പി കുടിക്കുമ്പോൾ രോഹിണി എന്തോ ചിന്തിക്കുകയായിരുന്നു. പിന്നെ ചോദിച്ചു.

"നിങ്ങളുടെ നാട്ടിൽ വിചിത്രമായ ഒരു സിസ്റ്റം നിലവിലുണ്ടെന്നു കേട്ടിട്ടുണ്ടല്ലോ. മട്രിലീനിയൽ സിസ്റ്റം?"

"അതെ. മരുമക്കത്തായം. പുരുഷന്മാർക്കും സ്ത്രീകൾക്കും കുടുംബസ്വത്തിൽ ഒപ്പമായിരുന്നു അവകാശം. ആണുങ്ങൾക്ക് ദാമ്പത്യത്തിന് ഭാര്യവീട്ടിൽ പോകണം. സാമ്പത്തികസ്വാതന്ത്ര്യം കാരണം പെണ്ണുങ്ങൾക്ക് കുട്ടികളുടെ അച്ഛന്റെ മേൽവിലാസം വേണമെന്ന് നിർബന്ധമുണ്ടായിരുന്നില്ല. ചാരിത്ര്യം അവർക്ക് സൂക്ഷിക്കപ്പെടേണ്ട ഒരു നിധിയായിരുന്നില്ല."

അദ്ഭുതം കൊണ്ട് രോഹിണിയുടെ കണ്ണുകൾ വിടർന്നു.

"ഞാൻ അടുത്ത ജന്മത്തിലെങ്കിലും കേരളത്തിൽ ജനിക്കട്ടെ."

കേരളത്തിൽത്തന്നെ ഒരു വിഭാഗം മാത്രമേ മരുമക്കത്തായക്കാരുള്ളൂ എന്നും അതുതന്നെ ഇപ്പോൾ ദുർബലമായി വരികയാണെന്നും ഞാൻ രോഹിണിയെ അറിയിച്ചു. അതു വേരറ്റു പോവുകയാണ്.

"പക്ഷേ," രോഹിണി പറഞ്ഞു. "പെൺകുട്ടികൾക്ക് സാമ്പത്തിക സ്വാതന്ത്ര്യം കിട്ടുമ്പോൾ ഫലത്തിൽ ഇതുതന്നെയാവും ഉണ്ടാവുക. പാശ്ചാത്യനാടുകളിൽ ഇത്രയധികം വിവാഹമോചനം നടക്കുന്നത് അതിന്റെ ലക്ഷണമല്ലേ?"

കുറച്ചുനേരം രോഹിണി മൗനമായിരുന്നു. പിന്നെ തുടർന്നു. "സ്ത്രീധനം കൊടുക്കാതിരുന്നതുകൊണ്ടോ വാങ്ങാതിരുന്നതുകൊണ്ടോ പെൺകുട്ടികളുടെ മേലുള്ള ഈ പീഡനം അവസാനിക്കുകയില്ല. പുരുഷമേധാവിത്വം അവസാനിക്കുകയാണ് വേണ്ടത്."

ഒഴിഞ്ഞ കസാലകൾ കാത്ത് ആളുകൾ പിന്നെയും നില്ക്കുന്നുണ്ടായിരുന്നു. കപ്പുകൾ ഒഴിഞ്ഞിട്ടും അവിടെ ഇരിക്കുന്നതുകണ്ട് വെയ്റ്റർ അത്ര സുഖമല്ലാത്ത നോട്ടം പായിച്ചു. രോഹിണിക്കും അതു മനസ്സിലായി. ഞങ്ങൾ എഴുന്നേറ്റു.

റെയിൽവേ സ്റ്റേഷനിലെത്തിയപ്പോൾ രോഹിണി ചോദിച്ചു. "ഞാൻ നിങ്ങളുടെ കൂടെ ജനറൽ കംപാർട്ടുമെന്റിൽ വരുന്നതിനു വിരോധമുണ്ടോ?"

വണ്ടിയിൽ അസാമാന്യ തിരക്കുണ്ടായിരുന്നു. മുഖം നഷ്ടപ്പെട്ട മനുഷ്യർ സിന്ദൂരപ്പൊട്ടൊന്നു കണ്ടാൽ അങ്ങോട്ടു തള്ളി നീങ്ങുന്നു. രോഹിണിയെ ആക്രമണത്തിൽ നിന്നു രക്ഷിക്കാൻ കിണഞ്ഞു പരിശ്രമിക്കേണ്ടിവന്നു. പരസ്പരം അമർന്നു ഞെരുങ്ങിനില്ക്കുമ്പോൾ രോഹിണി ചോദിച്ചു.

“ഹൗ ഡു യു ഫീൽ?”

“ഐ കാൻ ഫീൽ യോർ ഹാർട്ട് ബീറ്റ്സ്,” ഞാൻ പറഞ്ഞു.

എനിക്കിറങ്ങാനുള്ള സ്റ്റേഷനടുക്കാറായപ്പോഴേക്കും തിരക്കു കുറഞ്ഞിരുന്നു. രോഹിണിക്ക് ഇനിയും മൂന്ന് സ്റ്റേഷൻ കടക്കണം. ഞാൻ യാത്ര പറയാനൊരുങ്ങുമ്പോഴാണ് രോഹിണി പറഞ്ഞത്.

“ഞാൻ നിങ്ങളുടെ കൂടെ വരുന്നു.”

ചീത്ത കാമുകനേക്കുറിച്ചുള്ള പരാമർശം ഞാൻ മറന്നിട്ടില്ലായിരുന്നു. ഭീരുത്വം കാണിക്കേണ്ട സമയം ഇതല്ല. പക്ഷേ ഒരവിവാഹിതൻ ഒര വിവാഹിതയെക്കൂട്ടി വീട്ടിലേക്കു പോവുക! എന്റെയുള്ളിൽ ഒരു സദാചാരിയിരുന്ന് ഉറക്കെ കൂവി.

സ്റ്റേഷനിൽ വണ്ടിയിറങ്ങി. രോഹിണി എന്നെ തൊട്ടുരുമ്മി നടന്നു. ഒരു ഹോട്ടലിന്റെ മുന്നിലെത്തിയപ്പോൾ രോഹിണി പറഞ്ഞു.

“എനിക്കു വല്ലാതെ വിശക്കുന്നു.”

ഹോട്ടലിൽ കയറിച്ചെന്ന് രാത്രിയൂണിനുള്ള രണ്ടു പാർസൽ വാങ്ങി. ബസ്സിലിരിക്കുമ്പോൾ എനിക്ക് ഒന്നും സംസാരിക്കാൻ തോന്നിയില്ല. ശബ്ദം താഴ്ത്തി രോഹിണി ചോദിച്ചു.

“വല്ലവരും കാണുമോ എന്ന് പേടി തോന്നുന്നുണ്ടോ?”

ഒരു ചിരിയിലൂടെ ഞാനത് നിഷേധിച്ചു.

ഫ്ളാറ്റിൽ എത്തിയ ഉടനെ രോഹിണി പറഞ്ഞു. “വല്ലാത്ത യാത്ര. എനിക്ക് ഒന്നു കുളിക്കണം.”

തോൾസ്സഞ്ചിയിൽ നിന്ന് വസ്ത്രങ്ങൾ പുറത്തെടുത്ത് രോഹിണി കുളിമുറിയിൽ കയറി.

കർട്ടനൊക്കെ ശരിക്കിട്ട് കസാലയിൽ ചെന്നിരുന്നപ്പോഴും ഞാൻ അസ്വസ്ഥനായിരുന്നു. ഫ്രിഡ്ജ് തുറന്ന് ഒരു ബിയർ പുറത്തെടുത്തു.

കുളിമുറിയിൽനിന്നു പുറത്തുകടന്ന രോഹിണി എന്നെ നോക്കി പുരികം ചുളിച്ചു. “ധൈര്യം വിലക്കു വാങ്ങുകയാണ് അല്ലേ.”

കണ്ണാടിയുടെ മുമ്പിൽ നിന്ന് രോഹിണി വസ്ത്രങ്ങൾ ശരിക്കുടുത്തു. തലമുടി ചീന്തിയൊതുക്കി. പിന്നെ എന്റെ എതിരെ ഒരു കസാല വലിച്ചിട്ടിരുന്ന് ടീപ്പോയിൽനിന്ന് ഒരു മാസികയെടുത്ത് നിവർത്തി താളുകൾ മറിച്ചു.

“ഏതെങ്കിലും പത്രത്തിൽ ശ്രമിക്കുകയുണ്ടായോ?” രോഹിണി ചോദിച്ചു.

“ഇല്ല,” ഞാൻ പറഞ്ഞു. “ഡെസ്ക്കിലിരുന്ന് നരക്കാൻ എന്നെക്കൊണ്ടാവില്ല. റിപ്പോർട്ടിങ്ങ് എനിക്കു പറ്റുമെന്നും തോന്നുന്നില്ല. ഞാൻ സ്വതേ കുറച്ചു ഷൈ ആണല്ലോ.”

“അല്ലെങ്കിലും ഇതിലൊന്നും അത്ര അർത്ഥമുണ്ടെന്ന് എനിക്കു തോന്നുന്നില്ല.” രോഹിണി പറഞ്ഞു. “പത്രത്തിൽ കാണുന്നതൊന്നും ഇന്ന് വിശ്വസിക്കാൻ കൊള്ളാത്തതാണ്.”

ഞാൻ രോഹിണിയെത്തന്നെ നോക്കിയിരുന്നു. അവൾ സുന്ദരിയാണെന്ന് ഞാൻ കണ്ടുപിടിച്ചു.

“മിനിയാന്ന് രോഹിണിയുടെ കൂടെ കണ്ടത് ആരാണ്?” ഞാൻ ചോദിച്ചു.

“സുധീർ ദോഷി, സുമതിയുടെ വിഡോവർ. ഇന്നലെ അയാളെ യാത്രയാക്കി വരുമ്പോഴാണ് നമ്മൾ റിറ്റ്സിന്റെ മുമ്പിൽവെച്ച് കണ്ടുമുട്ടിയത്.”

കുറച്ചു നേരത്തെ നിശ്ശബ്ദതക്കു ശേഷം രോഹിണി ചോദിച്ചു.

“എന്റെ ബ്രദറിൻലോ സുന്ദരനാണ് അല്ലേ?”

“അതെ, എനിക്കയാളോട് കൂടുതൽ സംസാരിക്കണമെന്നുണ്ടായിരുന്നു. സമയം കിട്ടിയില്ല.”

രോഹിണി സ്വയം ചിരിച്ചു. പിന്നെ കൈയെത്തിച്ച് ഹാൻഡ്ബാഗ് തുറന്ന് ഒരു കവർ പുറത്തെടുത്ത് എന്റെ കൈയിൽ തന്നു. ഞാൻ കവർ തുറന്നു. രോഹിണിയുടെ വിവാഹക്ഷണമായിരുന്നു അത്.

കവർ തിരിച്ചേല്പിച്ചപ്പോൾ അവൾ പറഞ്ഞു. “കൈയിൽത്തന്നെ വെച്ചോളൂ. ഇത് ബിജോയിനുള്ളതാണ്.”

സുധീർ ദോഷിയുടെ ആ ഭാവിവധുവിനെ നോക്കി ഞാൻ അനങ്ങാതിരുന്നു. രോഹിണി ചിരിക്കാൻ ശ്രമിച്ചു.

“സുമതിയുടെ മരണം കഴിഞ്ഞ് ഒരാഴ്ചയായില്ല. സുധീർ എന്റെ വീട്ടിൽവന്ന് അച്ഛനമ്മമാരോട് പറഞ്ഞു. രോഹിണിയെ എനിക്കു വിവാഹം കഴിച്ചു തരണം. അച്ഛനമ്മമാർക്ക് അതു നിരസിക്കാൻ ശക്തിയുണ്ടായിരുന്നില്ല. കടപ്പാടുകളേക്കുറിച്ച് ഞാനൊരിക്കൽ പറഞ്ഞല്ലോ. എനിക്കറിയാം സുമതിയെ വിവാഹം ചെയ്ത കാലത്തുതന്നെ സുധീറിന് എന്റെ മേൽനോട്ടം ഉണ്ടായിരുന്നു. ഞാൻ സുമതിയേക്കാൾ സുന്ദരിയാണെന്ന് അയാൾ ഇടയ്ക്കിടെ എന്നോട് സ്വകാര്യം പറഞ്ഞിരുന്നു. അച്ഛനമ്മമാരെ ഞാൻ ചെറുത്തുനിന്നപ്പോൾ കൗസല്യയെ കിട്ടണമെന്നായി അയാളുടെ ഡിമാൻഡ്.”

കുറച്ചുനേരം മിണ്ടാതിരുന്ന് രോഹിണി തുടർന്നു. “കൗസല്യയ്ക്ക് പതിനാറു വയസ്സേ ആയിട്ടുള്ളൂ. കണ്ണെടുക്കാൻ തോന്നാത്തത്ര സുന്ദരിക്കുട്ടി. അവളെ ഏതായാലും നശിപ്പിക്കേണ്ടെന്ന് ഞാൻ തീരുമാനിച്ചു.”

ഞാൻ ഫ്രിഡ്ജ് തുറന്ന് ഒരു ബിയർ കൂടി പുറത്തെടുത്തു. രോഹിണി എന്റെ മുഖത്തു നോക്കി തുറന്നു ചിരിച്ചു. പിന്നെ മുഖം കുനിച്ചിരുന്നു.

“ഞാൻ നാണം മറന്ന് ഒരു കാര്യം പറയുകയാണ്. എന്റെ അല്പത്വം എന്നു കരുതിക്കോളൂ,” രോഹിണി തുടർന്നു. “സുധീർ അങ്ങനെ

വിജയിച്ചു വിലസുന്നത് എനിക്കു കാണാൻ വയ്യ. പുരുഷമേധാവിത്വത്തിനെതിരെ ഒരു ചെറുവിരലിളക്കാനെങ്കിലും എനിക്കു കഴിയണം."

രോഹിണി എന്താണ് പറഞ്ഞുവരുന്നതെന്ന് എനിക്കു മനസ്സിലായില്ല.

"ഞാൻ ഈ രാത്രി ഇവിടെ കഴിയാൻ തീരുമാനിച്ചു," രോഹിണി പറഞ്ഞു. "ഒരു കന്യകയായി സുധീറിന്റെ മുന്നിൽ ചെല്ലാതിരിക്കാനാണ് എന്റെ ശ്രമം."

കൈയിലെ മഗ്ഗ് ഞാൻ വായിലേക്ക് കമിഴ്ത്തി. ഒരു പെൺകുട്ടിയുടെ ഗന്ധമേറ്റിട്ടാവാം, മുറിയിലെ സ്ഥാവരവസ്തുക്കൾ ഇളകിക്കളിക്കുന്നതു പോലെ എനിക്കു തോന്നി. കർട്ടന്റെ ഞൊറികൾ തമ്മിൽത്തമ്മിൽ സ്വകാര്യം പറഞ്ഞു.

രാത്രി പിന്നെയും കനത്തു.

ആ രാത്രിക്കുശേഷം ദിവസങ്ങൾ എത്രയോ കടന്നുപോയി. നീണ്ട ഒരു യാത്രകഴിഞ്ഞ് മടങ്ങിയെത്തിയപ്പോൾ കോറിഡോറിൽ കുറെ കത്തുകൾ എന്നെ കാത്തുകിടപ്പുണ്ടായിരുന്നു. കൂട്ടത്തിൽ കൈയക്ഷരം തിരിച്ചറിയാനാവാത്ത ഒരു കവറെടുത്ത് ആദ്യം തുറന്നു. രോഹിണിയുടെ കത്തായിരുന്നു അത്.

"പ്രസവിക്കാത്തതായിരുന്നു സുമതിക്കുണ്ടായിരുന്ന പ്രധാന കുറ്റം," രോഹിണി എഴുതി. "ഇത്ര വേഗം ഗർഭിണിയായതാണ് എന്റെ പേരിലുള്ള കുറ്റം. സുധീറിന്റെ അമ്മ എന്നെ എപ്പോഴും ബുദ്ധിമുട്ടിക്കുന്നു. ഇന്ത്യയിലെ അമ്മമാർ എന്നാണ് മകന്റെ ഭാര്യയെ സ്നേഹിക്കാൻ പഠിക്കുക? സുധീറാവട്ടെ എപ്പോഴും അമ്മയുടെ പക്ഷത്തു നില്ക്കുന്നു. ഇന്ത്യയിലെ ഭർത്താക്കന്മാർ എന്നാണ് ഭാര്യയെ വിശ്വസിച്ചുതുടങ്ങുക?

"വെക്കേഷൻ കാലമായതുകൊണ്ട് കൗസല്യ എന്റെ കൂടെയുണ്ട്.

"വീണ്ടും എഴുതാം."

എഴുത്തിൽ മേൽവിലാസമില്ല. തിയതിയും സ്ഥലപ്പേരുമില്ല. കവറിനു പുറത്തെ പോസ്റ്റാഫീസിന്റെ സീലും വ്യക്തമല്ല.

ആ കത്തു കിട്ടിയിട്ട് ഏഴു വർഷങ്ങൾ കഴിഞ്ഞു. വീണ്ടും എഴുതാം എന്നു പറഞ്ഞെങ്കിലും രോഹിണി പിന്നെ എനിക്കെഴുതിയതുമില്ല. ∎

സുധാകരന്റെ വീട്

നിരപ്പലകകളിൽ ഇരുമ്പുദണ്ഡ് കോർത്ത് താഴിട്ടു പൂട്ടി. പൂടിയില്ലേ എന്ന് ഒന്നുകൂടി വലിച്ചുനോക്കി ഉറപ്പുവരുത്തി സുധാകരൻ കല്പടവിറങ്ങി. മറ്റു രണ്ടു പീടികകളും അടച്ചു കഴിഞ്ഞിരിക്കുന്നു. നേർത്ത നിലാവുണ്ട്. എന്നാലും തട്ടിത്തടയാതെ നടക്കണമെങ്കിൽ ടോർച്ചുതന്നെ വേണം. അയാൾ നടന്നു. മൂന്നും കൂടിയ വഴിയിലെത്തിയപ്പോൾ ടോർച്ചിൽനിന്നു വീണ വെളിച്ചത്തിൽ മാവുചാരിയിരിക്കുന്ന രൂപം കണ്ടു. വൈകുന്നേരം തന്റെ പീടികയിൽ വന്ന് കുടിക്കാൻ വെള്ളം ചോദിച്ച വയസ്സൻ. ഒരു ഗ്ലാസ് ചായ കൊടുത്തപ്പോൾ ആ വാർദ്ധക്യത്തിൽ അദ്ഭുതം വിടർത്തിയ തെളിച്ചം താൻ കൗതുകപൂർവ്വം നോക്കിയിരുന്നതാണ്.

"ഇനീം കിട്ടീല്യ ബസ്സ്?" സുധാകരൻ ചോദിച്ചു.

വയസ്സൻ അപ്പൊഴേ അയാളെ കണ്ടുള്ളൂ.

"ദ് നോക്കു. പടിഞ്ഞാട്ട് എത്ര ബസ്സാ കടന്നുപോയീത്. കെഴക്കോട്ട് ഒരെണ്ണമെങ്കിലും വേണ്ടേ - ങ്ഹും!"

"ഏഴേമുക്കാലിനാണ് ഒടുക്കത്തെ ബസ്സ്," സുധാകരൻ പറഞ്ഞു. "ഇപ്പോ മണി ഒമ്പതു കഴിഞ്ഞു. ഇനി കാത്തിരുന്നിട്ട് കാര്യണ്ടാവുംന്ന് തോന്ന്ണ്ല്യ."

വയസ്സന്റെ മുഖം ദൈന്യമാവുന്നത് സുധാകരൻ ശ്രദ്ധിച്ചു. പതുക്കെ എഴുന്നേല്ക്കാൻ ശ്രമിച്ചുകൊണ്ട് വയസ്സൻ ചോദിച്ചു. "ഇവടെ അടുത്ത് വല്ല ഹോട്ടലും...?"

"ഈ കുഗ്രാമത്തിലെന്ത് ഹോട്ടലാ," സുധാകരൻ ചിരിച്ചു.

വയസ്സൻ ചിന്താധീനനായി. ഓർമ്മകളിൽ നിന്ന് ആരെയോ ചികഞ്ഞെടുക്കാൻ ശ്രമിക്കുകയാണ് അയാൾ എന്ന് സുധാകരനു തോന്നി. പിന്നെ വയസ്സന്റെ ദുർബലമായ ശബ്ദം: "എനിക്ക് പരിചയക്കാരാരൂല്യലോ ഇവടെ..."

വയസ്സൻ ആകാശത്തേക്കാണ് നോക്കിയിരുന്നത്. ചന്ദ്രനെ ഒരു കൂറ്റൻ മേഘം വന്നു മൂടിയപ്പോൾ അയാളുടെ മുഖം മങ്ങി. ടോർച്ചു മിന്നിച്ചു കൊണ്ട് സുധാകരൻ പെട്ടെന്ന് പറഞ്ഞു. "വിരോധല്യാച്ചാ എന്റെ കൂടെ പോന്നോളൂ."

വയസ്സന്റെ മുഖത്ത് അദ്ഭുതവും സന്തോഷവും വിടരുന്നത് സുധാകരൻ ശ്രദ്ധിച്ചു. ആലംബഹീനമായ വാർദ്ധക്യം വെളിച്ചം തിരഞ്ഞ് വളഞ്ഞു നീങ്ങുന്നു.

"നടക്കൂ," സുധാകരൻ ടോർച്ച് തെളിയിച്ചുകൊണ്ട് നടക്കാൻ തുടങ്ങി. വയസ്സൻ തപ്പിത്തടഞ്ഞ് തൊട്ടുപിന്നിലും.

ഇടവഴിയിലേക്ക് തിരിഞ്ഞപ്പോൾ ഓരത്തുനിൽക്കുന്ന ചെടികൾ തഴുകി.

(-"നിനക്ക് മൂന്നു വയസ്സുള്ളപ്പോഴേ," അമ്മ പറയാറുണ്ടായിരുന്നു. "രാത്രി മൂന്നാല് ചെറമക്കള് ചൂട്ടും കത്തിച്ചുവന്നു. ഇറയത്തേക്ക് എടുത്ത് കെടത്തീപ്ളേ ഞാൻ കണ്ടുള്ളൂ. നെറ്ക മുതല് കണങ്കാല് വരെ നീല ച്ചേർന്നു അപ്ളക്കും.")

"ഒപ്പം നടന്നോളൂ," സുധാകരൻ തിരിഞ്ഞ് വയസ്സൻ അടുത്തെത്താൻ കാത്തുനിന്നു. "എഴജന്തുക്കള്ണ്ടാവും കാട്ട്ല്."

"പാമ്പ് കടിച്ചാലൊന്നും ഇനി ഏശൂന്ന് തോന്ന്ണ്ല്യ," വയസ്സൻ ചിരിച്ചു. "അത്രയ്ക്ക് പഴക്കായിക്കടക്ക്ണു എനിക്ക്."

പതുക്കെപ്പതുക്കെ നടക്കേണ്ടിവന്നതുകൊണ്ട് വീട്ടിലെത്തിയപ്പോൾ നേരം വൈകി. പൂമുഖത്ത് രാധ കാത്തിരിക്കുന്നുണ്ടായിരുന്നു. അവൾ ഉറക്കം തൂങ്ങുകയാണ്. സുധാകരൻ അവളെ കുലുക്കിയുണർത്തി. ഞെട്ടി യുണർന്ന അവൾ വയസ്സനെ മിഴിച്ചുനോക്കി. മുറ്റമാകെ കണ്ണോടിച്ചു നില്ക്കുകയായിരുന്നു വയസ്സൻ.

"ഇങ്ങട് കേറി വരാം," സുധാകരൻ ക്ഷണിച്ചു. വയസ്സൻ പൂമുഖത്തെ തിണ്ണയിൽ കയറിയിരുന്നു. അപ്പോഴും അയാൾ നാലുവശത്തും അന്വേ ഷണത്തിന്റെ കണ്ണുകൾ പായിക്കുകയായിരുന്നു.

"ഇവടെ ആൾത്താമസൊന്നൂല്യാന്ന് തോന്നും കണ്ടാല്."

ഷർട്ട് ഊരുകയായിരുന്ന സുധാകരൻ അത് കേട്ടില്ലെന്നു നടിച്ചു. ഷർട്ടും ബനിയനും വാങ്ങി രാധ അകത്തുപോയപ്പോൾ വയസ്സൻ ശബ്ദം താഴ്ത്തി ചോദിച്ചു.

"മകളേരിക്കും അല്ലേ?"

കിണ്ടിയിൽ നിന്ന് വെള്ളമൊഴിച്ച് കാൽ കഴുകുന്നതിനിടയിൽ സുധാ കരൻ വെറുതെയൊന്ന് ചിരിച്ചു.

(-ഒരു മദ്ധ്യാഹ്നം. പീടികയില്ലാത്ത ദിവസം. പൂമുഖത്തെ ചാരുകസേര യിൽ മയങ്ങുകയായിരുന്നു. അപ്പോൾ മുറ്റത്തെ ചവറ്റിലകൾ ശബ്ദിച്ചു. അടുത്ത വീട്ടിലെ ആടായിരിക്കുമെന്നാണ് വിചാരിച്ചത്. ഉറക്കം തടസ്സ പ്പെട്ട അലോസരത്തോടെ കണ്ണ് പകുതി തുറന്നപ്പോൾ മുറ്റത്ത് ഒരു പെൺ കുട്ടി. മുഷിഞ്ഞു കീറിയ ഉടുപ്പിനുള്ളിൽ ഉണങ്ങിയ ദേഹം. എഴുന്നേറ്റ് ഷർട്ടിന്റെ പോക്കറ്റിൽനിന്ന് കുറച്ച് ചില്ലറയെടുത്തു കൊടുത്തപ്പോൾ

അവൾ വാങ്ങിയില്ല. നിശ്ശബ്ദമായ ചവറ്റിലകൾ. "എന്താ പേര്" എന്നു ചോദിച്ചു. "രാധ," അവൾ പറഞ്ഞു.)

"അല്ല. എനിക്ക് കണ്ടപ്ളേ തോന്നീക്കാ. മുറിച്ച മുറി തന്നെ!" വയസ്സൻ തന്റെ കണ്ടുപിടുത്തത്തിൽ ആഹ്ളാദിച്ചു.

"എന്താ കുടിക്കാൻ വേണ്ടത്?" സുധാകരൻ ചോദിച്ചു.

വയസ്സൻ ഗാഢമായി ആലോചിച്ചു.

"കൊറച്ച് സംഭാരായിക്കോട്ടെ. പച്ചമൊളകും കരൂപ്പിന്റേലേം ലേശം അരിഞ്ഞിട്ടാ വിശേഷായി."

സുധാകരൻ അടുക്കളയിൽ പോയി മോരുവെച്ച ഭരണി എടുത്തു. പച്ചമുളക് പറിച്ചുകൊണ്ടുവരുമ്പോൾ രാധ കുറച്ചുകൂടി ചോറു വെക്കാൻ തുടങ്ങുകയായിരുന്നു. "പാർവതി ഒറങ്ങ്യോ," അയാൾ രാധയോട് അന്വേഷിച്ചു.

"ഒറങ്ങി. ഇന്ന് കൊറച്ച് ഭേദണ്ട്. കഞ്ഞി നല്ലോണം കഴിച്ചടക്ക്ണു."

സംഭാരം മുഴുവൻ കുടിച്ച് വയസ്സൻ രണ്ടു മൂന്നുവട്ടം വിസ്തരിച്ച് തേട്ടി. പിന്നെ തൃപ്തിയോടെ ചിരിച്ചു. "ഇതാണല്ലോ ഈ സംഭാരത്തിന്റെ വിശേഷം. ഒന്നു രണ്ടു ഗ്ലാസ്സ് അകത്തുചെന്നാ ക്ഷീണോം വെശ്പ്പും ഒക്കെ മാറും." അയാൾ ഷർട്ട് ഊരി വീശി. "അപ്പൊ ഇവടെ എങ്ങ്നാ കുളിക്കാൻള്ള വട്ടം?"

"കൊളണ്ട് പക്ഷേ, വെള്ളത്തിന് നല്ല തണുപ്പ്ണ്ടാവും," സുധാകരൻ അറിയിച്ചു. "തണ്പ്പ് വയ്യാച്ചാ കൊറച്ച് വെള്ളം ചൂടാക്കാം."

"ഏയ്," വയസ്സൻ ശക്തിയായി നിഷേധിച്ചു. "നല്ല തണ്ത്ത വെള്ളത്തില് കുളിക്യാച്ചാ അതിന്റെ സുഖം ഒന്ന് വേറെന്നാണേയ്. കൊളത്ത്ല്ക്കന്നെ പൊക്കളയാം."

സുധാകരൻ അകത്തുപോയി തോർത്തും സോപ്പും എടുത്തുകൊണ്ടു വന്നു കൊടുത്തു. "എണ്ണ വേണോ?"

"എണ്ണേടെ കാര്യത്തില് എനിക്ക് കൊറച്ച് നിർബന്ധങ്ങളൊക്കെണ്ട്," വയസ്സൻ ചിരിച്ചു. "തൊളസിപ്പൂവിട്ട് കാച്യ എണ്ണേ തേക്കാറുള്ളൂ. അത് ണ്ടാവില്യ. അപ്പൊ വെറ്ക്കനെ കുളിക്കാം."

"എന്റെ എണ്ണേം അതന്ന്ാ," സുധാകരന് അദ്ഭുതം തോന്നി. "ഞാൻ വേഗം കൊണ്ട് വരാം."

വയസ്സൻ എണ്ണ കുളുർക്കെ തേച്ച് കുപ്പി മടക്കിക്കൊടുത്തു. തോർത്തും സോപ്പുമെടുത്ത് പുറപ്പെട്ടു. "അപ്പൊ എവടങ്ങ്നായിട്ടാ കൊളം?"

"ഞാനും ഒപ്പം വരാം," സുധാകരൻ ടോർച്ചെടുത്ത് ഒപ്പം ചെന്നു.

"ഞാൻ രാത്രി കുളി പതിവില്യ. പീടികേന്ന് വന്ന ഉടനെ ഊണ് കഴിച്ച് കെടന്നൊറങ്ങും."

"ദാ ഒന്ന് നിക്കൂ," വയസ്സൻ പറഞ്ഞു. ഇത് വെള്ളിലാന്ന് തോന്ന്ണൂലോ.

ഞാൻ രണ്ടെല പറിക്കട്ടെ. എണ്ണ തേച്ച്ട്ട് താളി തേച്ച്ല്യാച്ചാ ഒറക്കം സുഖാവ്ല്യ."

കുളത്തിലിറങ്ങിയപ്പോൾ സുധാകരൻ വയസ്സനോട് ശ്രദ്ധിച്ച് ഇറങ്ങണ മെന്ന് പറഞ്ഞു. "കല്ല് വഴുക്കും ചെലപ്പൊ."

"വീണാലുംപ്പൊ എല്ലൊന്നും ഒടിയുംന്ന് തോന്ന്ണ്ല്യ," വയസ്സൻ ചിരിച്ചു. പിന്നെ ശ്രദ്ധിച്ച് ഇറങ്ങുന്നതിനിടയിൽ പറഞ്ഞു. "കരിങ്കല്ലായാ അബദ്ധാ. അല്ലാ വെട്ടുകല്ലായാലും വെത്യാസൊന്നുല്യാക്കാ. കൊറച്ച് മണല് പരത്തിട്ടാ ഇശ്ശി ഭേദണ്ടാവും."

കഴുത്തിനൊപ്പം വെള്ളത്തിൽ നിന്ന് ആണ്ടു മുങ്ങി. ചെറുതായി ഒന്നു നീന്തി. സോപ്പും താളിയും ധാരാളം തേച്ച് വീണ്ടും തുടിച്ചു മുങ്ങി. വയസ്സന്റെ വിസ്തരിച്ച കുളി കണ്ട്, കൊതുകിനെ ആട്ടിക്കൊണ്ട് സുധാ കരന്റെ മുകളിലത്തെ കല്പടയിൽ ഇരുന്നു. കുറേശ്ശെ തണുപ്പ് തോന്നു ന്നുണ്ട്. വയസ്സൻ ഒരു കൂസലും കൂടാതെ കുളിക്കുന്നതിൽ അയാൾക്ക് അദ്ഭുതം തോന്നി.

"കുളി സുഖായി. അട്ത്ത കാലത്തൊന്നും ഇത്ര കേമായിട്ട്ല്യ,"

കുളത്തിൽനിന്നു മടങ്ങുമ്പോൾ വയസ്സൻ പറഞ്ഞു.

"സുഖായിട്ടൊരു കുളി തരായാ പിന്നെ അത്താഴം കഴിച്ച്ല്യെങ്ക്ലും ഒറക്കത്തിന് തകരാറ് വര്ല്യാ."

സുധാകരൻ അലമാരയിൽ നിന്ന് അലക്കിയ മുണ്ടും കോണകവും എടുത്തു കൊടുത്തു. കോണകം നിവർത്തി നോക്കിയപ്പോൾ വയസ്സന് സന്തോഷം കൊണ്ട് ബോധക്ഷയം ഉണ്ടാവുമെന്നു തോന്നി. "ഒന്നാന്തരം തോരക്കോണം. ബലെ ബലെ." പിന്നെ അതിന്റെ നീളവും വീതിയും അളന്നുനോക്കി. "നല്ല ലക്ഷണമൊത്ത കോണകം. ഇപ്പൊ വല്ലെടത്തും പോയ്യാ ഇതൊന്നും തരാവ്ല്യാ."

കോണകമുടുത്ത് മുണ്ടു ചുറ്റി ഭസ്മക്കുറിയിട്ട് വയസ്സൻ പൂമുഖത്തെ ചാരുകസേരയിൽ ഇരുന്നു. ഈറൻ തോർത്ത് കസേരക്കൈയിൽ വിരിച്ചു. വീണ്ടും പുരയിൽ കണ്ണോടിക്കുവാൻ തുടങ്ങി. "എത്ര കാലായിട്ടുണ്ടാവും ഈ പെര പണ്ത്ട്ട്?"

"എനിക്ക് നിശ്ചല്യ," സുധാകരൻ പറഞ്ഞു. "ഞാൻ വാടകയ്ക്ക് താമസിക്കാണ്."

"അ! അങ്ങന്ാ?" വയസ്സന് അദ്ഭുതമായി. "ഇത്ര വല്യ വീട് എന്താ ആവശ്യം?"

"എല്ലാ മുറികളും ഞാൻ ഉപയോഗിക്കാറ്ല്യ," സുധാകരൻ അറി യിച്ചു.

"എനിക്ക് ഇപ്ളും ഇവടെ ആൾത്താമസല്യാന്ന് ഒര് തോന്നല്."

രാധ അകത്തുനിന്നുവന്ന് ഊണ് കാലായെന്ന് അറിയിച്ചപ്പോൾ രണ്ടു പേരും എഴുന്നേറ്റു. അടുക്കളയിലും വയസ്സന്റെ കണ്ണുകൾ കൗതുകപൂർവ്വം

പരതി നടന്നു. കിണ്ടിയിൽനിന്ന് വെള്ളം തളിച്ച് നാക്കില മുഴുവൻ കഴുകി ത്തുടച്ചു. പിന്നെ ഇല കുത്തനെ നിർത്തി വെള്ളം വാറ്റി. ചൂടുള്ള ചോറിൽ നിന്ന് രണ്ടു മൂന്നു വറ്റെടുത്ത് വായിലിട്ടു.

"തവളക്കണ്ണനേരിക്കും അല്ലേ. നാടൻ അരീടെ സ്വാദ് ഒന്ന് വേറെ ന്നാണേയ്."

സാമ്പാറും മൊളോഷ്യവും മെഴുക്കുപുരട്ടിയും ഒരുമിച്ചു കണ്ടപ്പോൾ വയസ്സൻ ആഹ്ലാദപൂർവ്വം ഒരപസ്വരമുണ്ടാക്കി. കടുമാങ്ങ കൂടി വിളമ്പിയ പ്പോൾ ധ്യാനിക്കുന്നതുപോലെ കുറച്ചുനേരം കണ്ണടച്ചിരുന്നു. പിന്നെ ഉണർന്ന് സാമ്പാറും മൊളോഷ്യവും മാറിമാറി പ്രയോഗിച്ച് മുറയ്ക്ക് ഊണു തുടങ്ങി. സുധാകരൻ ആ ഊണ് കൗതുകപൂർവ്വം നോക്കിയിരുന്നു. മോര് വിളമ്പിയപ്പോൾ കഷ്ടിച്ചു വർത്തമാനം പറയാനുള്ള മനസ്സാന്നിധ്യ മുണ്ടായി വയസ്സന്. കൈക്കുമ്പിളിൽ കൊഴുത്ത മോര് വലിച്ചു കുടിച്ചു കൊണ്ടു ചോദിച്ചു. "പശൂനെ കറവെണ്ടേരിക്കും ല്യെ?"

"പാല് വാങ്ങാണ്," രാധയാണ് മറുപടി പറഞ്ഞത്.

"കുട്ടി എങ്ങനാ സ്കൂള് പോണ്ല്യെ?" വയസ്സൻ അപ്പോഴാണ് രാധയെ ശ്രദ്ധിച്ചത്.

രാധ ഒന്നും മിണ്ടിയില്ലെന്നു കണ്ടപ്പോൾ വയസ്സൻ തുടർന്നു. "പടിക്കണം. ഇന്നത്തെ കാലത്ത് അതോണ്ടേ രക്ഷെള്ളൂ."

ഊണു കഴിഞ്ഞ് കുടുകുടുന്നനെ ചുക്കുവെള്ളം കുടിച്ച് വയസ്സൻ സുദീർഘമായി തേട്ടി. "മകള് ഇത്ര സമർത്ഥാന്ന് വിചാരിച്ച്ല്യാട്ടോ. എനിക്ക് ഇഷ്ടള്ള സകലോം മുമ്പന്നെ ധരിച്ചേർന്ന മട്ടാണലോ."

കൈകഴുകി പൂമുഖത്തേക്കു മടങ്ങുമ്പോൾ അകത്തുനിന്ന് ഞരക്കം കേട്ട് വയസ്സൻ സുധാകരന്റെ നേരെ തിരിഞ്ഞു. "ആരാ?"

"പാർവതി," സുധാകരൻ പറഞ്ഞു.

"ഓഹോ ഭാര്യ - അല്ലേ?" വയസ്സൻ ചോദിച്ചപ്പോൾ സുധാരൻ വെറുതെ ഒന്നു ചിരിച്ചു.

(-ഒരു പ്രഭാതം. വെളിച്ചം തെളിയുന്നതേയുള്ളൂ. കൈയിൽ ഉമി ക്കരിയും ഈർക്കിലയുമായി കുളത്തിലേക്ക് നടന്നു. പുൽത്തുമ്പുകളിൽ മഞ്ഞുതുള്ളികൾ. കുളക്കടവിലിരുന്ന് മുഖം കഴുകി. കൈയിലെ ഉമി ക്കരിയിൽ വലത്തേ ചൂണ്ടുവിരൽ പറ്റിച്ച് പല്ലു തേക്കാൻ തുടങ്ങുകയായി രുന്നു. കുളത്തിനക്കരെ തിങ്ങിനിൽക്കുന്ന വെള്ളിലക്കാട് ഇളകുന്നു. "ആരാണ്," ഉറക്കെ ചോദിച്ചു. അപ്പോൾ ഒരു രൂപം വെള്ളത്തിലേക്ക് എടുത്തു ചാടി. കനത്ത ഓളങ്ങൾ നാലുപുറവും അടിച്ച് ശബ്ദമുണ്ടാക്കി. മുഖം കഴുകിത്തെളിഞ്ഞ വെളിച്ചത്തിൽ മുങ്ങിപ്പൊങ്ങുന്ന സ്ത്രൈണത...)

"എന്താ സുക്കേട്?" സുധാകരൻ കേട്ടില്ലെന്നറിഞ്ഞ് വയസ്സൻ ചോദ്യം ആവർത്തിച്ചു.

"അങ്ങനെ കാര്യായിട്ടൊന്നൂല്യാ," സുധാകരൻ പറഞ്ഞു. "ആസ്മേടെ ഉപദ്രവാണ്. ഒരാസവം കഴിക്കണ്ണ്ട്."

"ചികിത്സ ഉപായത്ത്ലാക്കണ്ട. കുറച്ച് കാര്യായിട്ടന്നെ വേണം. വേഗം സമാധാനാവാൻ അലോപ്പത്യന്നെ നോക്കാ നല്ലത്. ദണ്ണം ഭേദായിട്ടാവാം ആയുർവേദം."

"കൊറച്ചുനേരം പൂമുഖത്ത് ഇരുന്നോളൂ," സുധാകരൻ വയസ്സനോട് പറഞ്ഞു. "ഞാൻ അപ്ളക്കും കെടക്കാൻള്ള വട്ടം ശര്യാക്കാം."

"ഏയ് കെടക്കാൻ ഒട്ടും ബദ്ധപ്പാട്ല്യാ. പതുക്കെ മതി," പോകാൻ തിരിഞ്ഞ സുധാകരനോട് വയസ്സൻ ചോദിച്ചു.

"നാളെ എപ്ളാ ആദ്യത്തെ ബസ്സ്? നേരം വെള്ക്കണേന് മുമ്പ്ണ്ടോ?"

"നല്ല നിശ്ചല്യ," സുധാകരൻ അറിയിച്ചു. "ധൃതിപ്പെട്യൊന്നും വേണ്ട. ഒക്കെ നാളെ അതാത്ന്റെ തരംപോലെ ചെയ്യാം."

ആകെ നാലു മുറികളുള്ള ഈ വീട്ടിൽ ഇന്നുവരെ തുറക്കാത്ത ഒരു മുറിയുണ്ട്. അതുതന്നെയാവട്ടെ വയസ്സന് കിടക്കാനുള്ള മുറി. സുധാകരൻ തീരുമാനിച്ചു. മുറി തുറന്നപ്പോൾ വേണ്ട സൗകര്യങ്ങളെല്ലാമുള്ള മുറി. ചൂടിക്കയറു വരിഞ്ഞ ഒരു കട്ടിൽ. താഴെ ഒരു കോളാമ്പി. അടുത്തു തന്നെയുള്ള മേശപ്പുറത്ത് പഴയ ഒരു കമ്പിറാന്തൽ. മുറിയുടെ മൂലയ്ക്കൽ ഒരോവും. എല്ലാം പൊടിപിടിച്ചു കിടക്കുന്നു.

സുധാകരനും രാധയും കൂടി മുറിയാകെ അടിച്ചുവാരിത്തുടച്ച് വൃത്തിയാക്കി. കട്ടിലിൽ ഒരു കിടക്ക തട്ടിക്കുടഞ്ഞ് വിരിച്ചു. കമ്പിറാന്തൽ കൊളുത്തി. കൂജയിൽ ചുക്കുവെള്ളം കൊണ്ടുവന്ന് മേശപ്പുറത്തുവെച്ചു. ഓവിന്റെ അരികെ ഒരു തമലയിൽ വെള്ളവും. ജനാലകൾ തുറന്നിട്ടപ്പോൾ തണുത്ത കാറ്റ് അകത്തു കടന്നുവന്നു.

"എല്ലാം തയ്യാറായി," സുധാകരൻ സ്വയം പറഞ്ഞു. പിന്നെ അയാൾ വയസ്സനെ വിളിച്ചുകൊണ്ടുവരാൻ പൂമുഖത്തേക്ക് നടന്നു.

■

താക്കോൽ

കോണി കയറുമ്പോൾ കാലു കഴക്കുന്നുണ്ട് എന്ന് അയാളറിഞ്ഞു. വൈകുന്നേരം ജോലികഴിഞ്ഞ് ക്ഷീണിച്ചെത്തവേ, ഈ അൻപത്തേഴു പടികൾ നൂറ്റിപ്പതിന്നാലായി തോന്നും.

ഫ്ളാറ്റിൽ ചെന്ന് ഷൂ പോലും ഊരാതെ കട്ടിലിൽ മലർന്നടിച്ചു വീഴണം. വേഗത്തിൽക്കറങ്ങുന്ന ഫാനിന്റെ കാറ്റേറ്റ് പത്തു മിനിട്ടു കിടക്കുക. പിന്നെ ഷാംപൂ തേച്ച് വിസ്തരിച്ചൊരു കുളി. ഫ്രിഡ്ജ് തുറന്ന് സ്വർണക്കഴുകനെ പുറത്തെടുത്ത് ടീപ്പോയിൽ കൊണ്ടുവെക്കുമ്പോഴേക്കും ക്ഷീണം പറപറക്കും.

മൂന്നാം നിലയിൽ എത്തി വാതിലിനു മുൻപിൽ ചെന്നുനിന്നു. വരാന്തയിലെ ബൾബ് കത്തുന്നില്ല. പക്ഷേ സൂര്യൻ ഇപ്പോൾ അസ്തമിച്ചതേയുള്ളൂ. അതു കാരണം മങ്ങിയ ഒരു വെളിച്ചമുണ്ട്. കാൽമുട്ടുകളിൽ വെച്ച് ബ്രീഫ്കേസ് തുറന്നു.

വെച്ചിരുന്ന സ്ഥാനത്ത് താക്കോൽ കാണാതിരുന്നപ്പോൾ അയാൾ അദ്ഭുതപ്പെട്ടു. ബ്രീഫ്കേസ് മുഴുവൻ തപ്പി നോക്കി. എന്നിട്ടും കാണാഞ്ഞപ്പോൾ രണ്ടാമത്തെ നിലയിലേക്കിറങ്ങി വന്നു. ബൾബിന്റെ വെളിച്ചത്തിൽ പരിശോധിച്ചു. കടലാസുകളെല്ലാം പുറത്തെടുത്തുവെച്ച് ബ്രീഫ്കേസ് കമിഴ്ത്തി കുടഞ്ഞു.

താക്കോൽ വീണില്ല.

ഉണ്ടാവില്ലെന്നറിഞ്ഞിട്ടും ഷർട്ടിന്റെയും കാലുറയുടെയും കീശകൾ തപ്പിനോക്കി. മനോരാജ്യത്തിൽ കൈയിൽത്തന്നെ വെച്ചിട്ടുമില്ല.

അപ്പോഴാണ് തോന്നിയത്. വാതിലിന്റെ മുൻപിൽവെച്ച് ബ്രീഫ്കേസ് തുറന്നപ്പോൾ നിലത്തു വീണിട്ടുണ്ടാകുമോ?

മുകളിൽച്ചെന്ന് നിലത്തു മുഴുവൻ തപ്പിനോക്കി.

അതോടെ താക്കോൽ നഷ്ടപ്പെട്ടിരിക്കുന്നു എന്ന് അയാൾക്കു ബോദ്ധ്യമായി.

ഓഫീസിൽ വെച്ച് മറന്നിരിക്കാൻ വഴിയില്ല. കാരണം അവിടെവെച്ച് ഇന്നു ബ്രീഫ്കേസ് തുറന്നിട്ടുതന്നെയില്ലല്ലോ. ഇനി അഥവാ അവിടെ

ഉണ്ടെങ്കിൽത്തന്നെ മടങ്ങിച്ചെന്ന് എടുക്കാൻ പറ്റില്ല. സമയം ഏഴുമണിയായിരിക്കുന്നു.

അടഞ്ഞുകിടന്ന വാതിലിനു മുൻപിൽ എന്തു ചെയ്യണമെന്നറിയാതെ അയാൾ നിന്നു. എങ്ങനെയെങ്കിലും ഫ്ളാറ്റിൽ കടന്നേ തീരു. കുളിയും ഊണും കഴിക്കണം. പോരാത്തതിന് ടിക്കറ്റും അകത്തുതന്നെയാണല്ലോ.

പുറത്തെവിടെയെങ്കിലും കീ മേക്കർ ഉണ്ടാവാൻ വഴിയുണ്ട്. വിളിച്ചു കൊണ്ടുവന്നു തുറപ്പിക്കാം. അതേയുള്ളൂ ഒരു വഴി.

അയാൾ ഇറങ്ങി നടന്നു. പ്രധാനപാതയിലൂടെ കുറേനേരം പോയപ്പോൾ സൈക്കിൾ വാടകയ്ക്ക് കൊടുക്കുന്ന ഒരു പീടിക കണ്ടു.

താക്കോലുണ്ടാക്കുന്ന ആരും ഇവിടെ അടുത്ത ചുറ്റുവട്ടത്തിലൊന്നുമില്ല, പീടികക്കാരൻ പറഞ്ഞു. ലെവൽ ക്രോസ്സിന്റെ അടുത്ത് ഒരു വയസ്സനുണ്ട്. ആ ഇറാണി ഷോപ്പിന്റെ മുമ്പിൽ.

അയാൾ ബസ്സ്റ്റോപ്പിലെ നീണ്ട ക്യൂവിന്റെ വാലിൽ ചെന്നു പറ്റി. കുറെ നേരമായെന്നു തോന്നുന്നു ഒരു ബസ്സു വന്നിട്ട്. ക്യൂവിൽ നിൽക്കുന്നവർ ആകെ അസ്വസ്ഥരായിരുന്നു.

നശിച്ച ഒരു വേനൽക്കാല രാത്രി, ഷർട്ടിന്റെ മുകളിലത്തെ ബട്ടൺ അഴിച്ച് അകത്തേക്കൂതുമ്പോൾ അയാൾ വിചാരിച്ചു. ലോഭമില്ലാത്ത ക്ഷീണം മാത്രം നമ്മിൽ വാരിക്കോരിച്ചൊരിയുന്ന വേനൽ. അല്ലെങ്കിൽ ലെവൽ ക്രോസ്സ് വരെ നടന്നു പോകാവുന്ന ദൂരമേയുള്ളുവല്ലോ.

ഓടിവന്ന ടാക്സിക്ക് അയാളടക്കം പലരും കൈ കാണിച്ചുവെങ്കിലും നിർത്തിയില്ല. ഓരോ ടാക്സി വരുമ്പോഴും എത്രയോ പേർ ഓടിക്കൂടുന്നു. അയാൾക്ക് അവരോടു പറയണമെന്നു തോന്നി. നോക്കൂ, എനിക്കാണ് ഏറ്റവും ധൃതി. കീമേക്കറെ കൂട്ടിക്കൊണ്ടുവന്ന് എന്റെ ഫ്ളാറ്റ് തുറപ്പിച്ചാലേ ഇന്നു രാത്രി പത്തേമുക്കാലിന്റെ ബറോഡ എക്സ്പ്രസ്സ് എനിക്കു കിട്ടൂ.

അങ്ങനെയിരിക്കേ രണ്ടു ബസ്സുകൾ ഒന്നിച്ചുവന്നു. അടക്കം പാലിച്ചു നിന്ന ക്യൂ അതോടെ ചിതറിത്തെറിച്ചു. രണ്ടാമത്തെ ബസ്സിൽ അയാൾ ഒരുവിധം കയറിപ്പറ്റി.

ബസ്സിലെ പരിഭ്രാന്തരായ യാത്രക്കാരെ കണ്ടപ്പോൾ എല്ലാവരും കീ മേക്കറുടെ അടുത്തേക്കാണ് പോവുന്നതെന്ന് അയാൾക്ക് തോന്നിയെങ്കിലും ലെവൽക്രോസ്സിൽ അയാൾ മാത്രമേ ഇറങ്ങിയുള്ളൂ. ഇറാണി ഷോപ്പ് കണ്ടുപിടിക്കാൻ ബുദ്ധിമുട്ടിയില്ല. പക്ഷേ അതിനു മുമ്പിൽ താക്കോൽക്കാരൻ വയസ്സനെ കാണാനില്ലായിരുന്നു.

കുറച്ചുനേരം അവിടെയൊക്കെ പരതിനോക്കി വിഷണ്ണനായി നിൽക്കേ, സമയം അധികം കളയാനില്ലെന്ന് അയാൾക്ക് ഓർമ്മ വന്നു. ഇറാണിക്കടയുടെ ഉടമസ്ഥന്റെ അടുത്തുചെന്ന് അയാൾ ചോദിച്ചു.

ഇതിന്റെ മുമ്പിൽ ഒരു കീമേക്കർ ഇരിക്കാറില്ലേ? അയാളെവിടെയാണ്?

ചാവിവാല വൈകുന്നേരം അഞ്ചുമണിവരെയേ ഇവിടെ ഇരിക്കാറുള്ളൂ, ഇറാണിക്കടക്കാരൻ അറിയിച്ചു. ആ സമയം കഴിഞ്ഞാൽപ്പിന്നെ താക്കോലുണ്ടാക്കാൻ പാടില്ലല്ലോ അയാൾക്ക്. ലൈസൻസുള്ള ഏർപ്പാടല്ലേ.

അതാരറിഞ്ഞു? ലേശം അസഹിഷ്ണുതയോടെ അയാൾ ചിന്തിച്ചു. വൈകുന്നേരം അഞ്ചുമണിക്കുശേഷം മറ്റുള്ളവരുടെ പൂട്ടു തുറന്ന് അകത്തു കടക്കുന്നത് ഭവനഭേദനമാവുമെന്നാരറിഞ്ഞു?

അയാളുടെ വീടെവിടെയാണെന്നറിയാമോ, അയാൾ ചോദിച്ചു.

അത് ഞാനെങ്ങനെ അറിയാനാണ്, ഇറാണി ചിരിച്ചു. ഏതെങ്കിലും കള്ളുഷാപ്പിൽ ഇപ്പോൾ ബോധംകെട്ടു കിടക്കുന്നുണ്ടാവും.

ഇവിടെ വേറെ ചാവിവാലകൾ ഇല്ലേ?

ഇറാണി ഇല്ലെന്നു തലയാട്ടി.

ശൂന്യമായ മനസ്സുമായി കുറച്ചുനേരം അയാൾ ഇറാണിക്കടക്കാരനെ നോക്കിനിന്നു. പിന്നെ പ്രത്യേകിച്ചൊന്നും തീരുമാനിക്കാതെ തിരിഞ്ഞു നടന്നു. ബസ്സിനു കാത്ത് ഇനിയും അരമണിക്കൂർ കളയാൻ വയ്യ. വലിഞ്ഞു നടക്കുകതന്നെ.

മൂന്നാം നിലയിലെത്തുമ്പോൾ തുറന്നുകിടക്കുന്ന വാതിലാവും കാണുക എന്ന് കോണിപ്പടികൾ കയറുമ്പോൾ അയാൾ വെറുതെ മോഹിച്ചു. ഇരുട്ടിന് കട്ടി കൂടിയിരിക്കുന്നു. പൂട്ട് അവിടെത്തന്നെ ഉണ്ടെന്ന റിയാൻ അയാൾക്ക് തപ്പിനോക്കേണ്ടിവന്നു.

എതിരെയുള്ള ഫ്ളാറ്റിന്റെ കോളിങ്ങ് ബെല്ലിൽ അയാൾ വിരലമർത്തി.

ഏതാനും നിമിഷങ്ങൾ. പീപ്ഹോളിൽ ഒരനക്കം.

സാൽവാറും കമ്മീസുമിട്ട പെൺകുട്ടിയാണ് വാതിൽ തുറന്നത്. അയാളെ കണ്ടപ്പോൾ അവൾ പരിചയം ഭാവിച്ചു ചിരിച്ചു.

നുണക്കുഴികൾ.

ഒരു ചുറ്റിക കിട്ടാനുണ്ടോ? അയാൾ ചോദിച്ചു.

അമ്മേ, അവൾ അകത്തേക്കു നോക്കി വിളിച്ചു. പിന്നെ ഒന്നുകൂടി ചിരിച്ചുകൊണ്ട് ക്ഷണിച്ചു. അകത്തേക്കു വരൂ അങ്കിൾ.

അയാൾ കോറിഡോറിൽ കടന്നു. കുട്ടിയുടെ അമ്മ ഡ്രോയിങ്റൂമിൽ നിന്നു പുറത്തുവന്നു. മുഖത്ത് മിനുത്ത പൗഡറിന്റെ വാസന.

ചുറ്റിക ഇവിടെ എവിടെയോ ഉണ്ടെന്നു തോന്നുന്നു, സാരി നേരെയിട്ടുകൊണ്ട് അവൾ പറഞ്ഞു. വീണാ, ആ പെൽമറ്റിന്റെ മുകളിൽ ഒന്നു നോക്ക്.

മകൾ സംശയിച്ചു നിന്നപ്പോൾ അയാൾ പറഞ്ഞു. ഞാൻ തന്നെ എടുക്കാം. ഒരു സ്റ്റൂൾ തന്നാൽ മതി.

ജോലി കഴിഞ്ഞുവരുന്ന വഴിയല്ലേ. വീണയുടെ അമ്മ ചോദിച്ചു. ചായ ഉണ്ടാക്കട്ടെ?

അയാൾ സമ്മതസൂചകമായി ചിരിച്ചു. ചുറ്റികയെടുത്ത് താഴെ ഇറങ്ങിയപ്പോൾ തന്റെ നഷ്ടപ്പെട്ട താക്കോലിനേക്കുറിച്ച് പറഞ്ഞു. ഇനി അത് മേടിപ്പൊളിക്കാൻ പറ്റുമോ എന്നു നോക്കണം. അതിനാണ് ഇത്. അയാൾ ചുറ്റിക ഉയർത്തിക്കാണിച്ചു.

ഡ്രോയിങ്റൂമിലിരുന്ന് ധൃതിയിൽ ചായ കുടിച്ചു തീർത്ത് അയാൾ പുറത്തുകടന്നു. അവരുടെ ഫ്ളാറ്റിൽ നിന്നു വരുന്ന വെളിച്ചപ്പാളിയിൽ പൂട്ട് വ്യക്തമായി കാണാം.

അയാൾ ചുറ്റികയെടുത്ത് ആഞ്ഞടിച്ചു. പൂട്ട് അടികൊണ്ട് ഒന്നിളകിയാടിയതല്ലാതെ മറ്റൊന്നും സംഭവിച്ചില്ല. വീണ്ടും ഒരടികൂടി. പൂട്ടിന് ഒരു ഞെണുക്കം പോലും പറ്റുന്നില്ല.

തുടരെത്തുടരെയുള്ള അടിയുടെ ശബ്ദകോലാഹലം കേൾക്കാൻ വയ്യാഞ്ഞിട്ടാവണം വീണ വന്ന് അവരുടെ വാതിൽ അടച്ചു.

ഇരുട്ട്.

ഒന്നുരണ്ടു മിനിറ്റുനേരം ഒന്നും കാണാൻ വയ്യാതെ അയാൾ അനങ്ങാതെ നിന്നു. കുറേശ്ശെക്കുറേശ്ശെയായി വാതിലും ഓടാമ്പലും പൂട്ടും തെളിഞ്ഞു വന്നപ്പോൾ കൂടുതൽ ശക്തിയോടെ അയാൾ ചുറ്റികകൊണ്ടടിച്ചു.

പൂട്ടിന് എന്നിട്ടും ഒരു കുലുക്കവുമില്ല.

അടി ശരിക്ക് കൊള്ളുന്നുണ്ടാവില്ല, അയാൾ വിചാരിച്ചു. ഇടത്തേ കൈകൊണ്ട് പൂട്ട് അമർത്തിപ്പിടിച്ച് ആഞ്ഞൊരടികൊടുത്തു.

അനക്കമില്ല.

പിന്നെപ്പിന്നെ അയാൾക്കതൊരു ലഹരിപോലെയായി. ഊക്കിലൂക്കിൽ ഏതോ ഒരു വന്യതാളത്തിനൊപ്പിച്ച് അയാൾ അടിച്ചുകൊണ്ടിരുന്നു. ദേഹം മുഴുവൻ കുലുങ്ങുന്ന പ്രാകൃതനൃത്തം പോലെ.

നിറുകയിൽ നിന്ന് വിയർപ്പുചാലുകൾ ഒലിച്ചുവന്ന് മുഖം വഴിയൊഴുകി. ഷർട്ടും ബനിയനും ദേഹത്തോടൊട്ടിപ്പിടിച്ചു. ഇനി എല്ലാ ശക്തിയുമുപയോഗിച്ച് അവസാനത്തെ ഒറ്റയടി.

പക്ഷേ ആ അടി ഇടത്തെ കൈയിലെ തള്ളവിരലിലാണ് കൊണ്ടത്. പ്രാണവേദനയോടെ അയാൾ നിലത്തു കുന്തിച്ചിരുന്ന് ചിരിച്ചു. വിരൽ വായിലിട്ടു. വലിച്ചെടുത്തു കുടഞ്ഞു. കണ്ണിൽ നിറഞ്ഞ വെള്ളം തുടച്ചു.

കുറച്ചുനേരം വെറുതെയിരുന്ന് കിതച്ചപ്പോൾ സമയത്തെപ്പറ്റി അയാൾ വീണ്ടും ബോധവാനായി. മണി എട്ടേകാലാകുന്നു. വണ്ടി പുറപ്പെടാൻ ഇനി രണ്ടര മണിക്കൂർ കൂടിയേ ഉള്ളൂ. അതിനു മുമ്പ് ഫ്ളാറ്റിൽ കടന്ന് കൊണ്ടുപോവാനുള്ളതെല്ലാം വാരിയടുക്കി വെക്കണം. ടിക്കറ്റും തപ്പിപ്പിടിച്ചെടുക്കേണ്ടി വരും.

എതിരെയുള്ള ഫ്ളാറ്റിൽ വീണ്ടും മുട്ടി.

വീണയുടെ നുണക്കുഴികൾ തെളിഞ്ഞു. കൈയിൽ ഐബ്രോ പെൻസിലുമായി അവൾ നിന്നു.

ഇവിടെ അരം ഉണ്ടോ? അയാൾ ചോദിച്ചു. പിന്നെ ക്ഷമാപണംപോലെ പറഞ്ഞു. പൂട്ടിന്റെ കൊളുത്ത് അറുത്തു മാറ്റുകയാണ് ഭേദമെന്നു തോന്നുന്നു.

വീണ അകത്തേക്കു നോക്കി അമ്മയെ വിളിച്ചു.

അമ്മ കിടപ്പുമുറിയിൽനിന്ന് പുറത്തുവന്നു. സാരി മാറുകയായിരുന്നു വെന്നു തോന്നുന്നു. ഏതോ സുഗന്ധലേപനത്തിന്റെ സാന്നിദ്ധ്യം.

അരോം അരിവാളും ഒന്നും ഇവിടെയില്ല, അവർ ചിരിച്ചു.

ചുറ്റിക ഏതായാലും എടുത്തോളൂ, അയാൾ നീട്ടിക്കാണിച്ചു.

അരം നമ്മുടെ ഷോപ്പിംഗ് കോംപ്ലക്സിൽ കിട്ടാതിരിക്കില്ല. ചുറ്റിക കൈയിൽ വാങ്ങുമ്പോൾ അവർ പറഞ്ഞു. ഒരു ഹാർഡ്വെയർ ഷോപ്പു ണ്ടല്ലോ അവിടെ.

നന്ദി പറഞ്ഞുകൊണ്ട് അയാൾ തിരിഞ്ഞു. ബ്രീഫ്കേസടുത്ത് കോണി യിറങ്ങാൻ തുടങ്ങുമ്പോൾ വീണ വിളിച്ചു.

അങ്കിൾ...

അയാൾ തിരിഞ്ഞു നിന്നു.

സമയം എത്രയായി?

വാച്ച് കൈയിലെടുത്ത് നിൽക്കുന്ന വീണ. എന്റെ വാച്ച് ഫാസ്റ്റാണ് എന്നു തോന്നുന്നു.

എട്ട്, ഇരുപത്തൊന്ന്, കൃത്യം.

താങ്ക്യൂ അങ്കിൾ, വാതിലിന്റെ വിടവിൽ അദൃശ്യമായ നുണ ക്കുഴികൾ.

ഇന്നു രാത്രി ഉറക്കം ശരിയാവാൻ വഴിയില്ല, നടക്കുമ്പോൾ അയാ ളോർത്തു. വേനൽക്കാലത്ത് വണ്ടികൾ തീച്ചൂളകൾപോലെയാണ്. ഉരുകി യൊലിക്കുന്ന പകലും രാത്രിയും.

പക്ഷേ, ഈ യാത്ര തനിക്ക് ഒഴിവാക്കാനാവില്ലല്ലോ.

ഷോപ്പിംഗ് കോംപ്ലക്സിലെ പീടികകളെല്ലാം അടച്ചിരിക്കുകയാണ്. ഇത്ര വേഗം അവരൊക്കെ പീടികയടയ്ക്കാൻ കാരണം? അതോ തന്നെ പ്പോലെ അവർക്കെല്ലാം താക്കോൽ നഷ്ടപ്പെട്ടിട്ടുണ്ടാകുമോ? അയാൾ തമാശയോർത്ത് ചിരിച്ചു.

ഒരു ബാർബർഷോപ്പ് തുറന്നിരിക്കുന്നു. അയാൾ അങ്ങോട്ട് കയറി ച്ചെന്നു.

ഇവിടത്തെ ഹാർഡ്വെയർഷോപ്പ് എപ്പോഴാണ് അടച്ചത്? ബാർബർ ഷോപ്പിലിരിക്കുന്ന ചടച്ച ഒരു മനുഷ്യനോട് അയാൾ ചോദിച്ചു.

അപരിചിതൻ അയാളെ സൂക്ഷിച്ചുനോക്കി. പിന്നെ ഇത്ര നിസ്സാര മായ വിവരം പോലുമില്ലല്ലോ എന്ന മട്ടിൽ പറഞ്ഞു. ഇന്ന് പീടികക ളൊക്കെ മുടക്കമാണ്. ബുധനാഴ്ചയല്ലേ?

അയാളുടെ മുഖത്തെ പാരവശ്യം ശ്രദ്ധിച്ചിട്ടാവണം അപരിചിതൻ ചോദിച്ചു.

എന്താ?

എനിക്ക് ഒരു അരം വേണ്ടിയിരുന്നു.

എന്തിനാണ്, അപരിചിതൻ തുടർന്ന് ചോദിച്ചു.

എന്റെ ഫ്ളാറ്റിന്റെ താക്കോൽ കാണാനില്ല. പൂട്ടു തുറക്കാൻ പറ്റാതെ വിഷമിക്കുകയാണ്. ചുറ്റികയെടുത്ത് അടിച്ചുതുറക്കാൻ നോക്കി. ഇക്കാ ലത്ത് ഇത്ര ഉറപ്പുള്ള പൂട്ട് ഉണ്ടെന്നു ധരിച്ചിട്ടില്ല. വിരലു ചതഞ്ഞതു മാത്രം മിച്ചം. ടിക്കറ്റും പെട്ടിയും ഒക്കെ അകത്താണ്, എനിക്ക് ഇന്നു രാത്രി പത്തേമുക്കാലിന്റെ ബറോഡ എക്സ്പ്രസിൽ പോണം. ട്വന്റി സെ വൻ ഡൗൺ.

അപരിചിതൻ കുറച്ചുകൂടി നല്ല ഒരു ഷർട്ടിട്ടിരുന്നുവെങ്കിൽ ആ പേരിൽ ഒരു സിനിമ വന്നതു കണ്ടിട്ടുണ്ടോ എന്നുകൂടി ചോദിച്ചുപോയേനെ എന്ന് അയാൾക്കു തോന്നി.

അപരിചിതൻ ചിരിച്ചു.

എവിടെയാണ് നിങ്ങളുടെ ഫ്ളാറ്റ്?

അയാൾ സ്ഥലം പറഞ്ഞു.

എതിരെയുള്ള വീട്ടുകാരുമായി അടുപ്പത്തിലാണോ?

അപരിചിതൻ എന്തിനാണ് ഭാവം എന്നറിയാതെ അയാൾ മിണ്ടാതെ നിന്നു.

ആ ഫ്ളാറ്റിൽ കയറി അവരുടെ ബാൽക്കണിയിൽനിന്ന് നിങ്ങളുടെ ബാൽക്കണിയിലേക്ക് ചാടുക. അവിടെ നിങ്ങളുടെ കിടപ്പുമുറിയുടെ ജനാലച്ചില്ലു പൊട്ടിച്ച് അകത്തു കടക്കുക. അതേ ഒരു വഴിയുള്ളൂ.

ബോധത്തിന്റെ വെളിച്ചവുമായി അയാൾ നിന്നപ്പോൾ അപരിചിതൻ ചോദിച്ചു.

ഞാൻ കൂടെപ്പോരണോ?

അയാൾ തലയാട്ടി. പുറത്തുകടന്ന് നടത്തം തുടങ്ങിയപ്പോഴാണ് അപരിചിതന്റെ കാലിലെ കെട്ട് അയാൾ കണ്ടത്.

എന്തുപറ്റി?

ഒന്നൂല്യ, ഒരു മുറിവ്. അപരിചിതൻ മുഖം കോട്ടി ഒന്നു ചിരിച്ചു.

കോണി കയറാൻ ബുദ്ധിമുട്ടാവും ഇല്ല്യേ? ഒന്നാമത്തെ പടിക്കു മുമ്പിൽ നിന്നുകൊണ്ട് അയാൾ ചോദിച്ചു. അമ്പത്തേഴു പടികളുണ്ട്.

അപരിചിതന് ഒരുപക്ഷേ അതും നിസ്സാരമാവും. അല്ലെങ്കിൽ അയാളി ങ്ങനെ ചിരിക്കില്ലല്ലോ.

മൂന്നാമത്തെ നിലയിലെ ഇരുട്ട്. അയാൾ എതിരേയുള്ള ഫ്ളാറ്റിന്റെ കോളിങ് ബെല്ലിൽ വിരലമർത്തി ഒരിക്കൽക്കൂടി വീണയുടെ നുണ ക്കുഴികൾ പ്രതീക്ഷിച്ചു നിന്നു.

അനക്കമില്ല.

ബെല്ലടി കേട്ടില്ലെന്നു വരുമോ? ഒരിക്കൽക്കൂടി നീട്ടിയടിച്ചു.

മറുപടിയില്ല.

വീണ്ടും ബെല്ലിൽ വിരലമർത്താൻ തുടങ്ങവേ, അപ്പോഴേക്കും പരിചിതമായിക്കഴിഞ്ഞ ഇരുട്ടിൽ അയാൾ കണ്ടു: വീണയുടെ വാതിലിലെ കനത്ത പൂട്ട്.

ഈശ്വരാ, ഈ ശുഭമുഹൂർത്തത്തിൽ അവരെവിടെപ്പോയി?

നിസ്സഹായനായി അയാൾ നിന്നപ്പോൾ ഇരുട്ടിൽ അപരിചിതന്റെ പല്ലുകൾ തെളിഞ്ഞു കണ്ടു.

അയൽക്കാരേം കാണാനില്ല അല്ലേ?

അർത്ഥം മനസ്സിലാവാതെ അപരിചിതന്റെ മുഖത്തേക്കു മിഴിച്ചു നോക്കി അയാൾ നിന്നു. അപ്പോൾ അപരിചിതൻ പറഞ്ഞു. എന്റെ കൂടെ താഴേക്ക് വരൂ. ഇനി ഒരൊറ്റ വഴിയേ ബാക്കിയുള്ളൂ.

നൊണ്ടിക്കൊണ്ട് പടികളിറങ്ങുന്ന അപരിചിതന്റെ പിന്നാലെ, പ്രത്യേകിച്ചൊന്നും ഓർക്കാതെ അയാൾ നീങ്ങി. താഴെ എത്തിയപ്പോൾ അപരിചിതൻ കെട്ടിടം ചൂണ്ടിക്കാട്ടി.

ദാ, ആ കാണുന്ന പൈപ്പിൽ പിടിച്ചു കയറുക. മൂന്നാം നിലയിലായ തുകൊണ്ട് കുറച്ചു ബുദ്ധിമുട്ടേണ്ടിവരും. ബാൽക്കണിയിൽ ചാടിവീഴാൻ പറ്റിയാൽ ജയിച്ചു.

കുറച്ചുനേരം അയാളും അതു നോക്കിനിന്നു.

എനിക്ക് മരം കേറാനുംകൂടി അറിയില്ല, അയാൾ പറഞ്ഞു. ഈ സാഹസം ഇതുവരെയും ചെയ്തിട്ടില്ല.

എന്റെ കാലിലെ മുറിവു കാരണമാണ്, അപരിചിതൻ പറഞ്ഞു. അല്ലെ ങ്കിൽ ഞാൻതന്നെ കേറിയേനെ.

വീണ്ടും കുറച്ചു നിമിഷങ്ങൾ.

ബ്രീഫ്കേസ് അപരിചിതനെ ഏല്പിച്ച് അയാൾ പൈപ്പിന്റെ താഴ ത്തേക്കു നടന്നു. പിന്നെ ഏറെയൊന്നും ആലോചിക്കാതെ അതിൽ പൊത്തിപ്പിടിച്ച് കയറാൻ തുടങ്ങി.

ഒന്നാം നിലവരെ എത്തിയപ്പോൾ ഇനി മുകളിലേക്കു കയറാൻ പറ്റി ല്ലെന്നു തോന്നി. പക്ഷേ ടിക്കറ്റും ബറോഡയിലേക്കുള്ള വണ്ടിയും അയാ ളുടെ ഓർമ്മയിലെത്തി. രണ്ടും കല്പിച്ച്, ശക്തിയെല്ലാം സ്വരുക്കൂട്ടി

അയാൾ പിന്നെയും കയറി. താഴത്തു നില്ക്കുന്ന അപരിചിതൻ പ്രാകൃത മായ ശബ്ദങ്ങളുണ്ടാക്കി, അയാളെ ഉത്സാഹിപ്പിച്ചുകൊണ്ടിരുന്നു.

രണ്ടാം നിലയും കയറിക്കഴിഞ്ഞപ്പോഴാണ്, അടുത്ത ഏതോ ഒരു തിയേറ്ററിൽ നിന്ന് ഫസ്റ്റ്ഷോ കഴിഞ്ഞുവരുന്ന ഏതാനും ആളുകൾ കോംപൗണ്ടിൽ കടന്നുവന്നത്. കള്ളൻ, കള്ളൻ എന്ന ആർപ്പുവിളികൾ പലരിൽ നിന്നും ഉയർന്നു. തന്റെ ദേഹത്തേക്കു പാളിവന്ന ടോർച്ച് വെളിച്ച ത്തിൽ ഒരു വിറയൽ അയാളിലൂടെ പാഞ്ഞുപോയി. ചുറ്റുമുള്ള ഫ്ളാറ്റു കളിലും വെളിച്ചം തെളിയുന്നത് അയാൾ കണ്ടു. താഴെ മനുഷ്യരുടെ എണ്ണം കൂടി വരുന്നു.

ഇറങ്ങി വാടാ!

എന്തിനും തയ്യാറായി നില്ക്കുന്ന ആളുകളെ അയാൾ ദയനീയമായി നോക്കി. പ്രിയപ്പെട്ടവരേ, എന്റെ താക്കോൽ നഷ്ടപ്പെട്ടു. ഇന്ന് എനിക്ക് എങ്ങനെയെങ്കിലും എന്റെ വീട്ടിനുള്ളിൽ കടന്നേ തീരൂ. പത്തേമുക്കാലി നാണ് വണ്ടി. നാളെ രാവിലെ ബറോഡയിലെത്തണം. അവിടെ എന്നെ ക്കാത്ത് ഒരാളിരിക്കുന്നുണ്ട്. ഒരു പെട്ടി ഏല്പിച്ചുകൊടുക്കണം. അതും ഫ്ളാറ്റിലാണ്. പൂട്ട് എന്തുചെയ്തിട്ടും വഴങ്ങുന്നില്ല. അതുകൊണ്ടാണ് ഞാനീ കടുംകൈ ചെയ്യാനൊരുങ്ങിയത്...

ഒരു ചെറുപ്രസംഗത്തിനുള്ള വാചകങ്ങൾ മുഴുവനുമുണ്ടായിരുന്നു. പക്ഷേ അതു തുടങ്ങുന്നതിനു മുമ്പ് അയാളുടെ തലയ്ക്കുനേരെ ഒരു കരിങ്കൽച്ചീള് ഇരമ്പിവന്നു. ബോധത്തിന്റെ ഞരമ്പുകൾ മുറിയുന്നത് അയാളറിഞ്ഞു. ■

ഉസ്താദ് അമീർഖാൻ

വാതിൽക്കൽ മുട്ടു കേട്ടപ്പോൾ അമീർഖാൻ എഴുന്നേറ്റു. മുട്ടലുകൾക്കൊപ്പമുള്ള കുപ്പിവളകളുടെ കിലുക്കം കേട്ടാൽ അറിയാം: ജൂതികയാണ്. ഉറങ്ങാത്ത രാവിന്റെ വ്യഥ കഴുകിക്കളഞ്ഞ് ജൂതിക എത്തിയിരിക്കുന്നു.

ഗണികകൾ വളയിടാറുണ്ടോ? അവളെ ആദ്യം കണ്ടപ്പോൾ സംശയിച്ചിരുന്നു. പുരുഷകാമം പിടഞ്ഞു തീരുമ്പോൾ കലപില കൂട്ടരുതെന്നും അപസ്വരങ്ങളുയരാതിരിക്കാൻ വളകളോ പാദസരങ്ങളോ ധരിക്കരുതെന്നും ആയമാർ ഗണികകളെ നിഷ്കർഷിക്കാറുണ്ടെന്ന് ഉസ്താദ് കേട്ടിരുന്നു.

പരിചയപ്പെട്ട് വളരെ കാലം കഴിഞ്ഞാണ് സംശയം ചോദിച്ചത്. ജൂതിക ചിരിച്ചു:

ഉസ്താദ്, അവൾ പറഞ്ഞു: അവിടത്തെ സന്നിധിയിലെത്തുമ്പോൾ ഞാൻ വേശ്യയല്ല. രാവിന്റെ ഓരോ നാഴിക തീരുന്നതും ഞാൻ ചെവിയോർത്തു കിടക്കുകയാണ് പതിവ്. എന്റെ ഉടലിൽ സ്നേഹം കണ്ടെത്തുന്നവരുടെ ദ്രുതനിശ്വാസങ്ങളിൽ ഞാൻ വിനാഴികകളുടെ എണ്ണം പിടിക്കും. അഞ്ചു മണിയാവാൻ എനിക്കു തിടുക്കമാവും ഉസ്താദ്.

അമീർഖാൻ വാതിൽ തുറന്നു. ജൂതിക പതിവു പോലെ കുളിച്ച് ഐശ്വര്യവതിയായി വന്നിരിക്കുന്നു.

പ്രണാം ഉസ്താദ്. ഉറക്കം സുഖമായോ?

ഉവ്വ് ജൂതിക. നിനക്കോ?

ഞാൻ സുഖമായി ഉറങ്ങി ഉസ്താദ്.

പതിവു ചോദ്യങ്ങൾ, ഉത്തരങ്ങൾ. രാത്രിയിൽ നിനക്കുറക്കമില്ലെന്ന് എനിക്കറിയാഞ്ഞിട്ടല്ല ജൂതിക. പുറത്ത് കാമത്തിന്റെ പടം പൊഴിച്ച ഫണങ്ങളുമായി വിവശജന്മങ്ങൾ കാത്തുനിൽക്കുമ്പോൾ നീ എങ്ങനെ ഉറങ്ങാനാണ്. എന്നാലും ഉപചാരങ്ങൾക്ക് കുറവു വരരുതല്ലോ. അതുകൊണ്ട് അർത്ഥമില്ലെന്നറിഞ്ഞുകൊണ്ടുതന്നെ വിവരക്കേടുകൾ ചോദിക്കുന്നു.

പക്ഷേ നീയറിയാത്ത ഒരു രഹസ്യമുണ്ട്. ഇവിടത്തെ രാത്രികളിൽ ഞാൻ ശരിക്കുറങ്ങാറില്ല. വെളുക്കുംവരെ വെറുതെ തിരിഞ്ഞും മറിഞ്ഞും

കിടക്കും. പാതിരയാവോളം പാളങ്ങളിൽക്കൂടി കടന്നു പോവുന്ന വൈദ്യുത വണ്ടികളുടെ കിതപ്പു കേട്ട്, ഇണകളെ തേടിയെത്തുന്നവരുമായി വില പേശുന്ന കൂട്ടിക്കൊടുപ്പുകാരുടെ അടക്കം പറച്ചിലുകൾ പാർത്ത്, ചുറ്റുമുള്ള ഗണികഗൃഹങ്ങളിലെ പുരുഷവിസർജ്യങ്ങളറിഞ്ഞ് - അങ്ങനെ. അഞ്ചു മണിയാവാൻ ഞാൻ കാത്തുകിടക്കുകയാണ് പതിവ്.

ജൂതിക അടുക്കളയിൽ കടന്നു. ദേഹശുദ്ധി വരുത്തുന്നതിനു മുമ്പ് ഉസ്താദിനു പാലില്ലാത്ത ചുടുകാപ്പി നിർബന്ധമാണ്. അതു കുടിച്ചു തീരുവോളം താൻ അടുത്തിരിക്കണമെന്നും. അതിനിടയ്ക്കാണ് ഉസ്താദ് മഹാഗായകരെക്കുറിച്ചും അവരുടെ കൃതികളെക്കുറിച്ചുമൊക്കെ വാചാലനാവുക.

ബിലാസ്ഖാനീ തോഡി എന്നു കേട്ടിട്ടുണ്ടോ, ഇന്നലെ ചോദിച്ചു. കേട്ടിരുന്നില്ല. അതിലദ്ഭുതവുമില്ല. ഈ മഹാഗായകന്റെ അടുത്തെത്തും വരെ താനാരെക്കുറിച്ചാണ് കേട്ടിട്ടുള്ളത്? ഉറക്കച്ചടവുമാത്രം നിറഞ്ഞ പകലുകളിൽ ഒന്നിനും ഒരുത്സാഹം തോന്നാറില്ല. പതിവു ചിട്ടയനുസരിച്ച് ഡോ. ഹർബാഡയുടെ ക്ലിനിക്കിൽ പോവുക, മടങ്ങി വരിക. വിഴുപ്പുകൾ അലക്കുക, സമയം തെറ്റി വരുന്ന അതിഥികളില്ലെങ്കിൽ എല്ലാം മറക്കാൻ ശ്രമിച്ച് കിടന്നുറങ്ങുക. പീള കെട്ടിയ കണ്ണുകൾ തുറക്കുന്ന സന്ധ്യയിലേക്കുണരുമ്പോൾ തികഞ്ഞ അരക്ഷിതത്വബോധം. ഇതിനിടയിൽ എവിടെ തനിക്കു സംഗീതം കേൾക്കാൻ നേരം!

ഒന്നും മിണ്ടിയില്ല. അപ്പോൾ ഉസ്താദ് പറഞ്ഞു തന്നു. താൻസെൻ മരിച്ചപ്പോൾ മകൻ ബിലാസ് ഖാൻ ചരമശുശ്രൂഷയായി പാടിയ രാഗം ആ പേരിൽ അറിയപ്പെട്ടു. തുടന്ന് ഉസ്താദ് ബിലാസ്ഖാനീ തോഡി പാടിത്തന്നു.

ജൂതിക കാപ്പിയുമായി ഉസ്താദിന്റെ അടുത്തെത്തി. ഉസ്താദ് അവൾ വന്നതറിഞ്ഞില്ല. അദ്ദേഹം ജനാലയിലൂടെ പുറത്തേക്കു നോക്കിയിരിക്കുകയായിരുന്നു. ജൂതിക ശബ്ദമുണ്ടാക്കി ഉസ്താദിന്റെ ശ്രദ്ധ ക്ഷണിച്ചു.

ആരോ വാതിലിൽ മുട്ടിയോ? ഉസ്താദ് ചോദിച്ചു.

ഞാൻ കേട്ടില്ല. ജൂതിക പറഞ്ഞു.

ഒന്നു നോക്കൂ. ഉസ്താദ് ആവശ്യപ്പെട്ടു.

ജൂതിക വാതിൽ തുറന്നു നോക്കി. ആരുമില്ല. തുറന്ന വാതിലിലേക്ക് ആകാംക്ഷയോടെ നോക്കിക്കൊണ്ട് ഉസ്താദ് ഇരുന്നു. പിന്നെ നിശ്ശബ്ദം കാപ്പി മോന്തിക്കുടിക്കാൻ തുടങ്ങി. ജൂതിക ഉസ്താദിന്റെ മുമ്പിൽ ചമ്രം പടിഞ്ഞിരുന്നു. ഏതു നിമിഷവും അമീർഖാൻ കഥാകഥനം തുടങ്ങാം. അവൾ ഉസ്താദിന്റെ മുഖത്തു തന്നെ കണ്ണു നട്ട് ഒതുങ്ങിയിരുന്നു.

രണ്ടായി പകുത്തു വെച്ച ക്രോപ്പു ചെയ്ത മുടി, ഗൗരവം നിറഞ്ഞ കണ്ണുകൾ, കട്ടിക്കണ്ണട - ഇങ്ങനെയൊരു രൂപം കമ്പനിയിലെ കണക്കെഴുത്തുകാരന്റേതായാലും ഒരു പാട്ടുകാരന്റേതാവാൻ വയ്യ. കബളിപ്പിക്കുന്ന ഈ രൂപം ഉസ്താദിന് അനുഗ്രഹവുമായെന്നു വേണം കരുതാൻ.

വൈകുന്നേരങ്ങളിൽ ചാക്കുസഞ്ചിയുമായി ഭാജി വാങ്ങാൻ പുറത്തിറങ്ങുന്ന അമീർഖാനെ ഇതുവരെ ആരും തിരിച്ചറിഞ്ഞിട്ടില്ല.

അമീർഖാൻ കാപ്പി കുടിച്ചു തീർത്ത് കപ്പു നിലത്തു വെച്ചു. ഉസ്താദ് തന്റെ പതിവു ഭാവത്തിലല്ല എന്ന് ജൂതികക്കു തോന്നി. കാപ്പി ഒരു കവിൾ മോന്തിക്കഴിയുമ്പോൾ അദ്ദേഹം സ്വയം പുഞ്ചിരിക്കുകയും കഥകൾ തുടങ്ങുകയുമാണ് പതിവ്. ഇന്ന് ഒറ്റ മോന്തിന് അദ്ദേഹം കാപ്പി കുടിച്ചു തീർത്തിരിക്കുന്നു.

ഉസ്താദ് എഴുന്നേറ്റു. ഒഴിഞ്ഞ കപ്പ് കൈയിലെടുത്ത് ജൂതിക അടുക്കളയിലേക്കു നടന്നു. ഇനി ഉസ്താദ് ദേഹശുദ്ധി വരുത്തുന്ന സമയം മുഴുവനും വീട് ജൂതികയുടേതാണ്. അവൾ ഭാജി വെച്ച കുട്ട തുറന്നു. മൂന്ന് തക്കാളിയും രണ്ട് സവോളയും നാല് പച്ചമുളകും എടുത്തു. എല്ലാം നീളത്തിൽ അരിഞ്ഞു. ചാക്കുസഞ്ചിയിൽ പൊതിഞ്ഞു വെച്ച വെളുത്ത ബ്രെഡ്സ്ലൈസെടുത്ത് കോണോടുകോൺ മുറിച്ചു. ഉസ്താദിന്റെ സ്ഥിരം നാസ്ത സാൻഡ്വിച്ചാണ്. അതും കൃത്യം നാലെണ്ണം. എന്തെങ്കിലും മാറ്റം വേണമെന്ന് തനിക്കു മാത്രം തോന്നിയാൽ പോരല്ലോ.

സാൻഡ്വിച്ച് ഒരു പോഴ്സ്ലെയ്ൻ കിണ്ണത്തിൽ വെച്ച് മറ്റൊരു കിണ്ണം കൊണ്ട് അവൾ അത് അടച്ചുവെച്ചു.

ഉസ്താദ് കുളിക്കാൻ കയറിയിരുന്നു. ഇരിപ്പുമുറി പതിവുപോലെ വൃത്തിയായിക്കിടക്കുന്നു. എല്ലാം അതാതിന്റെ സ്ഥാനത്തു തന്നെ വേണമെന്നു നിർബന്ധമുണ്ട് ഉസ്താദിന്. പുകവലിയോ മറ്റു ദുശ്ശീലങ്ങളോ ഇല്ലാത്തതുകൊണ്ട് ഉസ്താദിന്റെ മുറി ഒരിക്കലും വൃത്തികേടാവാറില്ല.

മുറിയുടെ മൂലയിൽ ഇരിക്കുന്ന സാരംഗിയെടുത്ത് കട്ടിലിൽ വെച്ച് ജൂതിക ചൂലെടുത്തു. ആദ്യദിവസം അബദ്ധം പറ്റി. അടിച്ചു വാരുമ്പോൾ മൂലയിൽ കുത്തനെ ചാരി വെച്ചിരിക്കുന്ന ശീട്ടിത്തുണിയിൽ പൊതിഞ്ഞ നീളൻ സാധനത്തിൽ ചൂല് കൊണ്ടു. അതു കണ്ടുകൊണ്ട് ഉസ്താദ് കുളിമുറിയിൽ നിന്നു പുറത്തു വന്നു. അരുത് കുട്ടീ, ഉസ്താദ് പറഞ്ഞു. അത് എന്റെ അച്ഛന്റെ സാരംഗിയാണ്. ഷമീർഖാൻ പ്രശസ്തനായ സാരംഗീവാദകനായിരുന്നു. പന്ത്രണ്ടു വയസ്സു വരെ ഞാനും സാരംഗി വായിച്ചിരുന്നു.

കിടക്കവിരി മാറ്റി വിരിച്ചു. തലയണ ഉറ മാറ്റി. ചൂരൽക്കസേരകൾ യഥാസ്ഥാനങ്ങളിലിട്ടു. അപ്പോഴേക്കും ഉസ്താദ് കുളിമുറിയിൽ നിന്നു പുറത്തു വന്നു.

എന്തു പറ്റി ഉസ്താദ്?

നല്ല സുഖം തോന്നുന്നില്ല ജൂതിക. ഞാനിന്നു കുളിക്കുന്നില്ല.

ജൂതിക ഉസ്താദിന്റെ നെറ്റിയിൽ കൈ ചേർത്തു നോക്കി. പനിയില്ല. പക്ഷേ കണ്ണുകൾ കലങ്ങിയിട്ടുണ്ട്. ഇതു താൻ മുമ്പു ശ്രദ്ധിക്കാഞ്ഞതെന്തേ?

ഇന്നലെ വൈകുവോളം സാധകം ചെയ്തു. പിന്നെ ക്ഷീണം തോന്നി. ഉറക്കവും ശരിയായില്ല.

ഉടുപ്പുകൾ മാറിക്കോളൂ, ജൂതിക ഉസ്താദിനു വസ്ത്രങ്ങൾ കൊടുത്തു.

വിഴുപ്പ് കൈമാറുമ്പോൾ ഉസ്താദ് ജൂതികയുടെ കണ്ണിൽ നോക്കി നിന്നു.

എന്താ ഉസ്താദ്?

എനിക്ക് ആരുമില്ലാതായി എന്ന് തോന്നിയിരുന്നു. പക്ഷേ -

ജൂതികയുടെ വയറ്റിൽ ഒരു തീനാളം ആളി. പക്ഷേ? എന്താണ് ഉസ്താദ് പറഞ്ഞുനിർത്തിയത്? തന്റെ ഇത്ര നാളത്തെ പരിചരണത്തിന് സാഫല്യമായോ? ആ മഹദ്സന്നിധിയിൽ തനിക്കും ഒരിടം കിട്ടുകയായോ? ഒടുവിൽ ഉസ്താദ് തന്നെ തിരിച്ചറിയുകയായോ?

ജൂതിക തരിച്ചുനിന്നു. അശരണത അഴൽ വീഴ്ത്തിയ അദ്ദേഹത്തിന്റെ മുഖത്തു നോക്കി അങ്ങേക്കു ഞാനുണ്ട് എന്ന് പലവട്ടം ഉള്ളുരുകിപ്പറഞ്ഞത് ഒടുവിൽ ഉസ്താദ് കേട്ടുവെന്നോ?

ഇന്നലെ ഞാനൊരു സ്വപനം കണ്ടു, ഉസ്താദിന്റെ ശബ്ദം വിറകൊണ്ടുവെന്ന് ജൂതികയ്ക്കു തോന്നി. നിനക്ക് അതെന്താണെന്നൂഹിക്കാൻ കഴിയുമോ?

എന്താവാം ആ സ്വപ്നം? മുജ്ജന്മബന്ധം പോലെ ഒരു ഗണികയും ഗായകനും തമ്മിൽ അറിയാതെ അടുത്തുപോയതോ? ആ ഗണികയെക്കൂടാതെ ഗായകനു ജീവിതമില്ലെന്നു ബോദ്ധ്യം വന്നതോ? നിർവൃതിയുടെ അര നിമിഷത്തിൽ ജൂതിക കട പുഴങ്ങാതെ നിൽക്കാൻ പണിപ്പെട്ടു.

ഊഹിക്കാൻ പറ്റുന്നില്ല അല്ലേ? ഉസ്താദ് ചിരിച്ചു. എനിക്ക് രണ്ടു സന്ദർശകർ.

ഉസ്താദിന്റെ ചിരി കണ്ടപ്പോൾ ജൂതികയ്ക്കു തമാശ തോന്നി. ആരാണ് ഉസ്താദിനെ കാണാൻ വരുന്നത്? ഉസ്താദ് ഇവിടെ താമസമാക്കിയിട്ട് രണ്ടു കൊല്ലം കഴിഞ്ഞിരിക്കുന്നു. ആദ്യത്തെ ആറു മാസം ആരുമറിഞ്ഞില്ല. ഡോ. ഹർബാഡയുടെ ക്ലിനിക്കിൽ ഊഴം കാത്തിരിക്കുമ്പോൾ യമുനയാണ് അതാദ്യം കേട്ടത്.

അതെന്തു ശബ്ദമാണ് ജൂതിക? അവൾ ചോദിച്ചു.

താൻ കാതോർത്തു നോക്കിയെങ്കിലും മനസ്സിലായില്ല. സാരംഗിയുടെ ശബ്ദമാണതെന്ന് ശാന്തിയാണ് തിരിച്ചറിഞ്ഞത്. കൂടെ ഒരു മനുഷ്യശബ്ദവുമുണ്ടല്ലോ എന്ന് അവൾ കണ്ടെത്തുകയും ചെയ്തു.

പിറ്റേന്ന് ധൈര്യം ഉണ്ടാക്കി ശാന്തിയും താനും ഉസ്താദിനെ കാണാൻ പുറപ്പെട്ടു. ശാന്തിയുടെ നിർബന്ധമായിരുന്നു. പാട്ടുകാരെ തനിക്കു പേടിയാണെന്നു പറഞ്ഞ് യമുന കൂടെ വന്നില്ല.

എന്നു മുതലാണ് താൻ ഉസ്താദിന്റെ നിത്യസന്ദർശകയായത്? ശിഷ്യത്വം സ്വീകരിച്ച ശാന്തി മരിച്ചപ്പോഴോ? ഉസ്താദിനെ കാണാതെ തനിക്കുറക്കം വരില്ലെന്നു തോന്നിത്തുടങ്ങിയപ്പോഴോ? രാത്രിയിലെ ഇടവേളകളിൽ സാരംഗിയുടെ ഈണം സാന്ത്വനമായി അനുഭവപ്പെട്ടപ്പോഴോ? എന്നു മുതലാണ്?

കഴിഞ്ഞ ഒന്നര വർഷത്തിനിടയ്ക്ക് താൻ മാത്രമായിരുന്നു ഉസ്താദിന്റെ സന്ദർശക. എന്നിട്ടിപ്പോൾ പറയുന്നു ആരോ വരുന്നുവെന്ന് സ്വപ്നം കണ്ടു പോലും!

ആരാണ് ഉസ്താദ്, ജൂതിക ചിരിയടക്കി ചോദിച്ചു. ആരാണ് ഉസ്താദിനെ കാണാൻ വരുന്നത്?

രണ്ടു കുട്ടികൾ.

കുട്ടികളോ!

അതെ. രണ്ടാൺകുട്ടികൾ.

എന്തിനാണ് ഉസ്താദ് അവർ വരുന്നത് ?

ചോദിച്ചു കഴിഞ്ഞപ്പോൾ വേണ്ടിയിരുന്നില്ലെന്ന് ജൂതികയ്ക്കു തോന്നി. അത് ഒരവഹേളനമായി ഉസ്താദിനു തോന്നിയിരിക്കണം. അതുകൊണ്ടാവണം അദ്ദേഹം മറുപടിയൊന്നും പറയാതിരുന്നത്.

ജൂതിക കുളിമുറിയിൽ കടന്നു. അമീർഖാന്റെ ഉടുപ്പുകൾ സോപ്പിട്ടു കഴുകുമ്പോൾ അവൾ വിഷമമടക്കാൻ പണിപ്പെട്ടു. ഉസ്താദ് ഒരിക്കലും തന്റെ മനസ്സറിയുകയില്ലെന്ന് അവൾക്കു തോന്നി. ഉസ്താദ്, അവൾ പറഞ്ഞു. കുടുംബജീവിതം എനിക്കു പറഞ്ഞിട്ടുള്ളതല്ലെന്നറിയാം. എന്നാലും ഒരിക്കലെങ്കിലും ഒന്നെന്നോടു പറയണേ നിന്നെ ഞാൻ സ്നേഹിക്കുന്നുവെന്ന്. എനിക്കതു മാത്രം മതി ഉസ്താദ്. ആ ഒരൊറ്റ വാക്കു മാത്രം മതി എനിക്കീ ജന്മം മുഴുവൻ ജീവിച്ചു തീർക്കാൻ.

സാൻഡ്‌വിച്ച് കഴിക്കുമ്പോൾ ഉസ്താദ് ചിന്താവിഷ്ടനായിരുന്നു. രണ്ടെണ്ണം തിന്ന് അദ്ദേഹം നിർത്തി.

രുചിയില്ലേ ഉസ്താദ്? ജൂതിക ചോദിച്ചു.

വല്ലവരും വന്നാൽ എന്തെങ്കിലും കൊടുക്കാനുണ്ടോ ഇവിടെ? ഉസ്താദ് ജൂതികയുടെ മുഖത്തേക്കു നോക്കി.

ജൂതിക ഒന്നും മിണ്ടിയില്ല. അവളുടെ ഉള്ളിൽ അമീർഖാനോട് പരിഭവം തികട്ടി വരുകയായിരുന്നു. ഇതുവരെ അന്വേഷിച്ചിട്ടുണ്ടോ ജൂതിക വല്ലതും കഴിക്കാറുണ്ടോ എന്ന്. ഒരിക്കലെങ്കിലും വല്ലതും ബാക്കി വെച്ചിട്ടുണ്ടോ ഈ ജൂതികയ്ക്കു വേണ്ടി? എന്നിട്ടിപ്പോൾ ഒരു സ്വപ്നം കണ്ടതിന്റെ പേരിൽ ചോദിക്കുന്നു അതിഥികൾക്കു കൊടുക്കാൻ വല്ലതുമുണ്ടോ എന്ന്!

കിണ്ണം കഴുകി ഇരിപ്പുമുറിയിൽ എത്തിയപ്പോൾ നിലത്തു ചമ്രം പടിഞ്ഞിരിക്കുന്ന ഉസ്താദ് സാരംഗി വലിച്ചെടുക്കുകയായിരുന്നു.

വേണോ? ജൂതിക ചോദിച്ചു. അങ്ങേക്കു വയ്യെങ്കിൽ ഇന്നു വേണ്ട ഉസ്താദ്.

എനിക്കിന്നു പാടണം, ഉസ്താദ് പറഞ്ഞു. രണ്ടു ദിവസമായി എന്റെ മനസ്സിൽ ഒരു രാഗമുണ്ട്. ഇന്നലെ അതിന് ഒരു പൂർണരൂപം വന്നിരിക്കുന്നു. ഞാനിന്നത് പാടാൻ പോവുകയാണ്.

എങ്കിൽ ഉസ്താദ് പാടട്ടെ. അദ്ദേഹം തനിക്കു വേണ്ടി മാത്രമാണല്ലോ പാടുന്നത്. ജൂതികയ്ക്ക് അഭിമാനം തോന്നി. അവൾ നിലത്തു ചമ്രം പടിഞ്ഞിരുന്നു. ഉസ്താദ് പാടാൻ തുടങ്ങുകയായിരുന്നു. അപ്പോൾ വാതിൽക്കൽ ഒരു മുട്ടു കേട്ടു.

ജൂതിക ഉസ്താദിന്റെ മുഖത്തു നോക്കി. അവർ വന്നിരിക്കുന്നു, ഉസ്താദ് പറഞ്ഞു.

ജൂതിക എഴുന്നേറ്റ് വാതിൽ തുറന്നു.

രണ്ടു ചെറുപ്പക്കാർ. അതിൽ ഒരാളുടെ വേഷം ഉലഞ്ഞതാണ്. പൊടിപിടിച്ച് അടക്കമില്ലാതെ കിടക്കുന്ന തലമുടി. മറ്റേയാൾ കാഴ്ചയിൽ സമ്പന്നൻ. അബദ്ധം പറ്റിയതു പോലെ അയാൾ മടിച്ചു മടിച്ചു ചോദിച്ചു:

ഉസ്താദ് അമീർഖാൻ ഇവിടെയാണോ താമസിക്കുന്നത്?

ജൂതിക പിന്നാക്കം നീങ്ങി ഉസ്താദിനെ കാണിച്ചു കൊടുത്തു. വലിയ ഒരദ്ഭുതം കാണുന്നതു പോലെ അവർ അകത്തേക്ക് എത്തി നോക്കി.

എന്താ വേണ്ടത്? അല്പം അധികാരം കലർന്ന സ്വരത്തിൽ ജൂതിക ചോദിച്ചു.

ഞങ്ങൾ ഉസ്താദിനെ കാണാൻ വന്നതാണ്.

അകത്തേക്കു വരൂ കുട്ടികളേ, അമീർഖാൻ പറഞ്ഞു.

ചെറുപ്പക്കാർ ശങ്കിച്ചു ശങ്കിച്ച് അകത്തേക്കു കടന്നു. ഉസ്താദ് അവരെ വാത്സല്യപൂർവം നോക്കി.

ഞാൻ വിനോദ്, കാഴ്ചയിൽ സമ്പന്നനായ ചെറുപ്പക്കാരൻ പറഞ്ഞു. ഇത് ഗോവിന്ദ, എന്റെ കൂട്ടുകാരൻ.

നിങ്ങൾ എവിടന്നാണ്? ഉസ്താദ് അന്വേഷിച്ചു.

ഞാൻ ബാന്ദ്രയിലാണ് താമസം, വിനോദ് പറഞ്ഞു. ഇന്നലെ രാത്രി ഇവൻ എന്റെ വീട്ടിൽ വന്നു. ഇവർക്ക് എങ്ങനെയും ഉസ്താദിനെ കാണണമെന്നു പറഞ്ഞു.

തടുക്ക വിരിക്കൂ ജൂതിക, ഉസ്താദ് പറഞ്ഞു. ഇവർക്കു കുടിക്കാൻ വല്ലതും എടുക്കൂ.

ചെറുപ്പക്കാർ പായിൽ ഇരുന്നു. അവർ രണ്ടുപേരും മുറിയാകെ നോക്കിക്കാണുകയായിരുന്നു. എല്ലാം അടുക്കോടും ചിട്ടയോടും വെച്ചിരിക്കുന്ന മുറി. ഈ ചുറ്റുപാടിൽ താമസിക്കുന്ന ഒരു കലാകാരന്റെ

വസതിയിൽ ഇത്രയും വെടിപ്പും വൃത്തിയും പ്രതീക്ഷിച്ചതല്ല. അവരുടെ കണ്ണുകൾ ചുറ്റിത്തിരിഞ്ഞ് ഉസ്താദിലേക്കും സാരംഗിയിലേക്കും മടങ്ങി യെത്തി.

അങ്ങ് പാട്ടുപാടാൻ പോവുകയായിരുന്നുവോ? വിനോദ് ചോദിച്ചു.

അതെ, ഉസ്താദ് പറഞ്ഞു. കേൾക്കാൻ ആരുമില്ലെങ്കിലും ചിലപ്പോൾ എനിക്കു പാടാൻ തോന്നും.

ഞങ്ങളുണ്ട്, ഗോവിന്ദ പറഞ്ഞു. ഉസ്താദിന്റെ പാട്ടു കേൾക്കാനും കൂടിയാണ് ഞങ്ങൾ വന്നത്.

ജൂതിക അടുക്കളയിൽനിന്നു വന്നപ്പോൾ ഉസ്താദ് പാടുകയായിരുന്നു. വിനോദ് കണ്ണു തുറന്ന് അമീർഖാനെ അപ്പാടെ ഉൾക്കൊണ്ടു കൊണ്ട് ഇരുന്നു. ഗോവിന്ദ തല കുനിച്ചിരുന്ന് പാട്ടു കേട്ടു. ജൂതിക കൊണ്ടു വെച്ച പാനീയം രണ്ടു പേരും കണ്ടില്ല. അവൾ ചുമരും ചാരി ഒതുങ്ങി യിരുന്നു.

പാട്ടു കേട്ടുകൊണ്ടിരിക്കുമ്പോൾ നിരൂപകർ ഈ ഗായകനെക്കുറിച്ചു പറയുന്നതു മുഴുവൻ വാസ്തവമാണെന്ന് ഗോവിന്ദയ്ക്കു തോന്നി. ഇരുണ്ട ഗുഹാമുഖത്തു നിന്ന് പ്രവഹിക്കുന്ന ശുദ്ധനിർഝരി പോലെ അതു തന്നെ തഴുകി ശാന്തിയേകുന്നു. പാട്ടു തീർന്നപ്പോൾ ഒരു കാലഘട്ടം മുഴുവനും തന്നെ കടന്നു പോയതായി അയാൾക്കനുഭവപ്പെട്ടു.

ഏതായിരുന്നു രാഗം? വിനോദ് അന്വേഷിച്ചു.

ഒരു കുഞ്ഞിന്റെ വാശി, ഒരു കൂട്ടിക്കൊടുപ്പുകാരന്റെ ചുടുനിശ്വാസം, ഒരു പെൺകുട്ടിയുടെ അടക്കിയ തേങ്ങൽ - രാത്രി ഉറക്കം വരാതെ കിടക്കുമ്പോൾ ഈ തെരുവിലെ ശബ്ദങ്ങൾക്ക് ഞാൻ കാതോർത്തു കിടക്കും, ഉസ്താദ് പറഞ്ഞു. ഈ വേനൽ രാത്രികളിൽ ഞാനുറങ്ങാറേ യില്ല. എന്റെ മനസ്സിൽ ഒരു രാഗം വന്നു നിറയാൻ തുടങ്ങിയിട്ട് ആഴ്ചക ളായി. ഞാനതാണ് പാടിയത്.

അതാണോ ഈ പാട്ടിനിത്ര വിഷാദം? ഗോവിന്ദ ചോദിച്ചു.

നിങ്ങൾക്ക് അതനുഭവപ്പെട്ടുവോ? ഉസ്താദിനു സന്തോഷം തോന്നി.

രാഗത്തിന്റെ പേരു പറഞ്ഞില്ല, വിനോദ് ഓർമ്മിപ്പിച്ചു.

ഇതിനു പേരില്ല, ഉസ്താദ് പറഞ്ഞു.

പേരില്ലാരാഗം അല്ലേ? വിനോദ് ചിരിച്ചു. പേരില്ലാത്ത എല്ലാത്തിനോടും ഉസ്താദിന് എന്താണിത്ര കമ്പം? ഉസ്താദിനു തന്നെ പേര് ആവശ്യമി ല്ലെന്നുണ്ടോ? ഇവിടെ എത്തിപ്പെടാൻ ഞങ്ങളെത്ര ബുദ്ധിമുട്ടിയെന്നോ?

മാന്യന്മാർക്കൊന്നും വരാൻ പറ്റിയ സ്ഥലമല്ല ഇത്, അദ്ദേഹം ചിരിച്ചു. എന്നെ ആരും തിരിച്ചറിയുന്നില്ല എന്നതാണ് എന്റെ സന്തോഷം. അതാണ് ഇവിടെ താമസം തുടരാനുള്ള കാരണവും.

ഉസ്താദിനെ ഞങ്ങൾ തേടി നടക്കാൻ തുടങ്ങിയിട്ട് കുറെ കാലമായി, ഗോവിന്ദ പറഞ്ഞു. വിക്രം സംഗീതസമ്മേളനത്തിനു വരുമെന്നു കരുതി. ബഡേ ഗുലാമാലിഖാനു ശേഷം അങ്ങു പാടുമെന്നു കേട്ടിരുന്നു. എന്താണ് വരാതിരുന്നത്?

ആർക്കു വേണം എന്റെ പാട്ട്? ഉസ്താദ് ചിരിച്ചു.

അങ്ങനെ പറയരുത് ഉസ്താദ്, ഗോവിന്ദ പറഞ്ഞു. അങ്ങ് ജനപ്രിയ ഗായകനല്ലായിരിക്കാം. പക്ഷേ അമീർഖാന്റെ പാട്ടു കേൾക്കാൻ ആഗ്രഹിക്കുന്ന ചിലർ ഈ ഭൂമിയിലുണ്ട്.

അങ്ങ് കണ്ണുമടച്ച് ധ്യാനത്തിൽ മുഴുകിയിരുന്നു പാടുന്നു. കുറ്റപ്പെടുത്തുന്നതു പോലെ വിനോദ് പറഞ്ഞു. ഇടയ്ക്കൊരു കടാക്ഷം, ഇടയ്ക്കൊരു ചിരി – അതൊന്നുമില്ലെങ്കിൽ ശ്രോതാക്കൾക്കു മുഷിയും.

അവർക്കു മാത്രമല്ല പക്കമേളക്കാർക്കും പരാതിയുണ്ട്, ഗോവിന്ദ പറഞ്ഞു.

അതു സാരമില്ല കുട്ടികളേ, ഉസ്താദ് ചിരിച്ചു. വെള്ളം കുടിക്കൂ. ഇനിയും പറഞ്ഞില്ലല്ലോ നിങ്ങൾ എന്തിനാണ് വന്നതെന്ന്?

ഞാൻ താമസിക്കുന്ന സബർബിൽ അടുത്ത മാസം പതിനെട്ടാം തിയതി തുടങ്ങി മൂന്നു ദിവസത്തെ ഉത്സവമാണ്, ഗോവിന്ദ പറഞ്ഞു. സമാപനദിവസം ഉസ്താദിന്റെ കച്ചേരി വേണമെന്ന് ഞങ്ങൾക്കു മോഹമുണ്ട്.

കഴിഞ്ഞ കൊല്ലം ഇവൻ എന്റെ അടുത്തു വന്നു ഇതേ ആവശ്യവുമായിട്ട്, വിനോദ് പറഞ്ഞു. ഉസ്താദ് എവിടെയാണ് താമസിക്കുന്നതെന്നു നിശ്ചയമില്ലെന്നു പറഞ്ഞ് ഞാൻ മടക്കിയയച്ചു. ഇത്തവണ ഇവൻ സമ്മതിച്ചില്ല.

വേണ്ട കുട്ടികളേ, ഉസ്താദ് പറഞ്ഞു. രണ്ടു കൊല്ലം മുമ്പ് ഇതു പോലെ ഒരുത്സവത്തിനു പോയപ്പോൾ അവരെന്നെ കൂക്കിവിളിച്ചു. അതിനുശേഷം പൊതുവേദിയിൽ പാടാൻ എനിക്കു മടിയാണ്.

ഞാനും അന്നു പാട്ടുകേൾക്കാൻ വന്നിരുന്നു, ഗോവിന്ദ പറഞ്ഞു. കൂക്കിവിളിച്ചൊന്നുമില്ല. പക്ഷേ അന്ന് ഉസ്താദ് ഠുമ്രി പാടാൻ വിസമ്മതിച്ചതാണ് കുഴപ്പമുണ്ടാക്കിയത്. ആളുകൾ വീണ്ടും വീണ്ടും ആവശ്യപ്പെട്ടിട്ടും ഉസ്താദ് എന്തേ ഠുമ്രി പാടാതിരുന്നത്?

ഠുമ്രിയോ, ഉസ്താദ് ചിരിച്ചു. അത് എന്നേക്കാൾ നന്നായി പാടാൻ ബഡേ ഗുലാമാലിഖാൻ ഉണ്ടല്ലോ ഇല്ലേ?

ഇല്ലാഞ്ഞിട്ടല്ല. പക്ഷേ ഞങ്ങൾക്ക് ഉസ്താദ് അമീർഖാൻ തന്നെ വേണം.

എന്നെ പരീക്ഷിക്കരുത് കുട്ടികളേ, ഉസ്താദ് സാരംഗി നീണ്ട തുണിസ്സഞ്ചിയിലേക്ക് തള്ളിക്കയറ്റി.

അത് ഒരു സൂചനയായിക്കണ്ട് ഗോവിന്ദ വിനോദിന്റെ മുഖത്തു നോക്കി. വിനോദ് ചിരിച്ചു.

എന്നാൽ എനിക്കൊരപേക്ഷയുണ്ട്, അയാൾ പറഞ്ഞു. എന്റെ ചെറിയച്ഛന്റെ പാലി ഹിൽസിലുള്ള ബംഗ്ളാവ് പൂട്ടിക്കിടക്കുകയാണ്. ഉസ്താദ് അവിടെ വന്നു താമസിക്കണം.

കേട്ടതു ശരിയോ എന്നുറപ്പിക്കാനെന്ന പോലെ ഉസ്താദ് മുഖമുയർത്തി വിനോദിനെ നോക്കി.

അമീർഖാനു ശിഷ്യപ്പെടാൻ വേണ്ടി വളരെപ്പേർ അവിടെ അവസരം കാത്തിരിക്കുന്നുണ്ട്. വിനോദ് തുടന്നു: ഉപജീവനത്തിന് ഒരു ബുദ്ധിമുട്ടും വരില്ല. ഞാൻ ഉറപ്പു തരാം.

അമീർഖാൻ തല കുനിച്ചിരുന്നു. ജീവിതത്തിലാദ്യമായി ഒരാൾ ക്ഷണിക്കുകയാണ്. മുരടിച്ചുനിന്ന ജീവിതം പൂക്കാനും തളിർക്കാനും സമയമായെന്നുണ്ടോ?

ഇത്രയും കാലത്തിനിടയ്ക്ക് ഒന്നും സമ്പാദിച്ചിട്ടില്ല. പാട്ടു പഠിക്കാൻ ഇനിയും പലരും വരും എന്ന് ജൂതിക പറയുന്നതല്ലാതെ ഇതുവരെ ആരും വരികയുണ്ടായില്ല. നിത്യദാരിദ്ര്യത്തിൽ നിന്ന് എന്നാണ് ഒരു മുക്തി എന്ന് ചിലപ്പോഴെങ്കിലും തന്റെ ഉള്ളുരുകിയിട്ടില്ലേ? ഈ വേശ്യാത്തെരുവിൽ ഒടുങ്ങാനുള്ളതല്ല തന്റെ ജീവിതം എന്ന് മറ്റാരേക്കാളും മനസ്സിലാക്കേണ്ടത് താൻ തന്നെയല്ലേ? സുഖഭോഗങ്ങൾ തട്ടിമാറ്റാൻ തക്കവണ്ണം മാനസികമായി വളർന്നിട്ടില്ല താനെന്ന് ഇതിനകം പലവട്ടം ബോദ്ധ്യമായിട്ടുള്ളതാണ്. ഇനിയെങ്കിലും ജീവിച്ചുതുടങ്ങണം എന്ന് ഇപ്പോൾ ആരോ തന്റെ ഉള്ളിലിരുന്ന് പറയുന്നു.

ഇല്ല. ഇത്രയും കാലത്തിനിടയ്ക്ക് ശരിക്ക് ഒരു ശിഷ്യനേപ്പോലും നേടിയിട്ടില്ല. തന്റെ കച്ചേരികൾ കേൾക്കാൻ ആരും തടിച്ചുകൂടിയതായി ചരിത്രം രേഖപ്പെടുത്താൻ വഴിയില്ല. പിന്നെ ആരോർക്കാനാണ് തന്നെ? ആരാധകരും അനുയായികളുമായി ആരുമില്ലാത്ത തനിക്ക് ആരാണ് സ്മാരകം പണിയുക? ഈ ഭൂമിയിൽ അമീർഖാൻ ജീവിച്ചിരുന്നുവെന്നതിന് നാളെ എന്തായിരിക്കും തെളിവ്?

ഉസ്താദ് ജൂതികയുടെ മുഖത്തു നോക്കി. ഉടുപുടവയിൽ തിരുപ്പിടിച്ചുകൊണ്ട് അവൾ തല താഴ്ത്തി ഇരിക്കുകയായിരുന്നു. അവളുടെ ഉള്ളിൽ നിരാശയുടെ വേലിയേറ്റങ്ങൾ ഉണ്ടായി.

ഒടുവിൽ ഉസ്താദിനെ അവകാശപ്പെട്ടുകൊണ്ട് രണ്ടു പേർ എത്തിയിരിക്കുന്നു. ഏതോ രണ്ടു സന്ദർശകർ വരുന്നു എന്നു കേട്ടപ്പോൾ വിശ്വസിച്ചില്ല. വരരുതേ എന്നു പ്രാർത്ഥിക്കുകയും ചെയ്തു. ആരും ഉസ്താദിന്റെ അടുത്തു വരുന്നത് തനിക്ക് ഇഷ്ടമല്ലാതായിരിക്കുന്നു എന്ന് അടുത്തകാലത്തല്ലല്ലോ മനസ്സിലായത്. ഒടുവിലൊടുവിൽ ശാന്തി ഇവിടെ വരുന്നതു പോലും തനിക്ക് ഇഷ്ടമല്ലാതായിക്കഴിഞ്ഞിരുന്നു. ന്യൂമോണിയ

പിടിച്ച് അവശനിലയിൽ അവൾ ഡോ.ഹർബാഡയുടെ ക്ലിനിക്കിൽ കിടക്കുമ്പോൾ ശുശ്രൂഷിക്കാനിരുന്ന താൻ സ്വയമറിയാതെ അവളുടെ മരണത്തിനു വേണ്ടി പ്രാർത്ഥിച്ചിരുന്നില്ലേ? സംഗീതം തന്നേക്കാൾ വഴങ്ങുന്നത് ശാന്തിക്കായിരുന്നതുകൊണ്ട് ഉസ്താദിനു കൂടുതൽ സ്നേഹം അവളോടായിരുന്നു എന്ന തോന്നലായിരുന്നില്ലേ അതിനു പിന്നിൽ? ഭഗവൻ, എന്തായിരുന്നു ഈ നീചയുടെ മനസ്സിൽ? വേശ്യാവൃത്തിയവസാനിപ്പിച്ച് കുടുംബജീവിതം നയിക്കാനുള്ള മോഹമോ? ഒരു മഹാഗായകനെ തന്റേതു മാത്രമാക്കാനുള്ള അത്യാർത്തിയോ? എന്താണ്?

എന്നാൽ ഈ ഗായകൻ ഇതുപോലൊരു സ്ഥലത്തു കിടന്നു നശിക്കാനുള്ളതല്ല എന്നും മനസ്സു പറയുന്നു. തന്റെ സ്വാർത്ഥത്തിനു വേണ്ടി ഒരു മഹദ്ജീവിതം പിഴ ഒടുക്കാൻ ഇട വരുത്തരുത്. ആ പാപത്തിന്റെ കറയെങ്കിലും തന്റെ മേൽ പതിക്കരുത്.

എന്നാലും അമീർഖാൻ തന്നെ വിട്ടുപോവുമെന്നോർക്കുമ്പോൾ എവിടെയൊക്കെയോ ചുട്ടുനീറുന്നു. രാവും പകലുമറിയാതെ ജീവിക്കുന്നതിനിടയിൽ ഈ സാരംഗിയുടെ ശബ്ദം എത്രത്തോളം തന്നെ സ്വാധീനിച്ചു എന്ന് ഇപ്പോഴാണ് ശരിക്കറിയുന്നത്. ഹൃദയദൗർബല്യം ക്ഷുദ്രമാണെന്നറിഞ്ഞുകൊണ്ടുതന്നെ അതിൽനിന്നു മുക്തി നേടാൻ തനിക്കു കഴിയുമെന്നു തോന്നുന്നില്ല. ഉസ്താദ് പോയാൽ ഇനിയുള്ള രാത്രികൾ താനാരെ ഓർത്തുകൊണ്ടാണ് തള്ളിനീക്കുക? പകലുകൾ ആരെ പരിചരിച്ചുകൊണ്ടാണ് ധന്യമാവുക? വയ്യ ഉസ്താദ്, എനിക്കു വയ്യ. അങ്ങില്ലാത്ത ലോകത്തേക്കാൾ ഞാൻ വരിക്കുക അടുത്ത ജന്മത്തെയാണ്.

ഉസ്താദ് തന്നെ നോക്കുന്നതറിഞ്ഞ് ജൂതിക മുഖമുയർത്തി. അവളുടെ കണ്ണുകൾ നനഞ്ഞിരുന്നു. ഉസ്താദ് അതു കണ്ടു. അദ്ദേഹം കണ്ണുകൾ പിൻവലിച്ചു.

ക്ഷമിക്കണം കുട്ടികളേ, ഉസ്താദ് എഴുന്നേറ്റു. കുറച്ചു കാലം കൂടി എനിക്ക് ഇവിടെ കഴിച്ചു കൂട്ടേണ്ടതുണ്ട്. ഇപ്പോൾ നിങ്ങൾ പൊയ്ക്കോളൂ.

മനസ്സില്ലാമനസ്സോടെ വിനോദും ഗോവിന്ദയും എഴുന്നേറ്റു. വിനോദ് മുറിയിലാകെ കണ്ണോടിച്ചു. പഴയ ഒരു ദിവാൻ. പിഞ്ഞിത്തുടങ്ങിയ വിരി. ഇഴ പൊട്ടിയ ചൂരൽക്കസേരകൾ.

അല്പനേരം ആലോചിച്ചു നിന്ന് അയാൾ ഷർട്ടിന്റെ പോക്കറ്റിൽ നിന്ന് ഒരു പൊതിയെടുത്ത് ഉസ്താദിന്റെ കാൽക്കൽ വെച്ചു.

എന്താ ഇത്? ഉസ്താദ് ചോദിച്ചു.

ഒരു ചെറിയ ഉപഹാരം, വിനോദ് പറഞ്ഞു. ഇതെങ്കിലും അവിടുന്ന് സ്വീകരിക്കണം.

ഉസ്താദ് പിന്നിലേക്കു നീങ്ങി, ജൂതികയുടെ അടുത്തേക്കു ചെന്നു.

ഇതാരാണെന്നറിയുമോ നിങ്ങൾക്ക്, അദ്ദേഹം അവളുടെ ചുമലിൽ

കൈ വെച്ചു. ഇവളുള്ളപ്പോൾ ഞാൻ ദരിദ്രനല്ല. പോരെങ്കിൽ അമീർ എന്നാണ് എന്റെ പേരെന്ന് നിങ്ങൾക്കും അറിയാമല്ലോ.

മടിച്ചുനിന്ന വിനോദിനോട് സ്വരം കുറച്ചു കടുപ്പിച്ച് അമീർഖാൻ പറഞ്ഞു: ഇതെടുത്തു കൊണ്ടു പോകൂ.

പിന്നെയും മടിച്ചു നിന്നപ്പോൾ ഉസ്താദ് നിലത്തു നിന്ന് പൊതിയെ ടുത്ത് വിനോദിന്റെ പോക്കറ്റിൽ വെച്ചു.

എന്നെ തേടി വരാൻ തോന്നിയല്ലോ നിങ്ങൾക്ക്, ഉസ്താദ് വിനോ ദിന്റെ പുറത്തു തട്ടി: ഇതിലും വലിയ സമ്മാനമൊന്നും തരാൻ നിങ്ങൾ ക്കാവില്ല കുട്ടികളേ.

വിനോദ് ഗോവിന്ദയുടെ മുഖത്തു നോക്കി. പോവാം എന്ന അർഥ ത്തിൽ ഗോവിന്ദ തലയാട്ടി. രണ്ടുപേരും വാതിൽക്കലേക്കു നടന്നു.

നിങ്ങൾ ഇനിയും വരണം, ഉസ്താദ് അവരെ യാത്രയാക്കാൻ വാതിൽ ക്കൽ വരെ ചെന്നു. അവർ കണ്ണിൽ നിന്നു മറഞ്ഞപ്പോൾ മടങ്ങിവന്ന് സാരംഗിയുടെ ഉറ അഴിച്ചു മാറ്റി നിലത്തിരുന്നു. ജൂതിക, അദ്ദേഹം വിളിച്ചു.

ജൂതിക അദ്ദേഹത്തിന്റെ മുമ്പിൽ ചമ്രം പടിഞ്ഞിരുന്നു. ഉസ്താദ് സാരംഗിയെടുത്തു മടിയിലേക്കു വെച്ച് ശ്രുതി ശരിപ്പെടുത്തി. ജൂതിക യുടെ വിടർന്ന കണ്ണുകളിലേക്കു ഒട്ടിട നിശ്ചലം നോക്കിയിരുന്നു. പിന്നെ കണ്ണുകളടച്ച് അദ്ദേഹം ചന്ദ്രമധു എന്ന രാഗം ആലപിക്കാൻ തുടങ്ങി.

വീടുവിട്ടു പോകുന്നു

അമർത്തിച്ചവിട്ടിക്കൊണ്ടാണ് പ്രസീത മുറി വിട്ടുപോയത്. കോണിപ്പടികൾ ഞെട്ടുന്നത് ഇവിടെയിരുന്ന് കേൾക്കാം.

പ്രസീതയുടെ അക്ഷമ തനിക്കു മനസ്സിലാവുന്നുണ്ട്. ടെംപോ പുറപ്പെടാൻ തയ്യാറായി നില്ക്കുകയാണ്. നാലുമണിയാവാൻ ഇനി പതിനഞ്ചു മിനിട്ടേയുള്ളൂ.

കാലം മറന്നിട്ട ഈ ആഴ്ചപ്പതിപ്പുകളിൽ എന്താണിത്ര എന്നാണ് പ്രസീത ചോദിച്ചത്. മറുപടിയൊന്നുമുണ്ടായില്ല. തനിക്കൊന്നും മനസ്സിലാവില്ല എന്നു മാത്രം പറഞ്ഞു. വളപ്പൊട്ടുകൾ ശേഖരിച്ചു വെക്കാത്ത ഒരപൂർവ്വബാല്യമായിരുന്നു പ്രസീതയുടേത്.

വേണ്ടതും വേണ്ടാത്തതും വേർതിരിക്കാൻ സമയം തരണമെന്ന് പറഞ്ഞപ്പോൾ പ്രസീത സമ്മതിച്ചു. ഒപ്പം തന്നെ ഓർമ്മപ്പെടുത്തുകയും ചെയ്തു: പുതിയ വീട്ടിൽ രണ്ടു മുറിയേയുള്ളൂ. ചപ്പുചവറുകൾ സൂക്ഷിക്കാനൊന്നും സ്ഥലമില്ല.

താഴെ പൗലോസ് കാത്തുനില്ക്കുകയാണ്. അതോർമ്മപ്പെടുത്താനാണ് പ്രസീത വന്നത്. ഒന്നു ശല്യപ്പെടുത്താതിരിക്കുമോ എന്നു ചോദിച്ചുപോയി. അതാണ് പ്രസീതയെ ശുണ്ഠി പിടിപ്പിച്ചത്.

മുന്നിലിരിക്കുന്ന കെട്ടുകളിൽ നിന്ന് എങ്ങനെ തെരഞ്ഞെടുക്കാനാണ് വേണ്ടതും വേണ്ടാത്തതും. അങ്ങനെ നോക്കുമ്പോൾ എല്ലാം വേണ്ടതു തന്നെ. വിലമതിക്കാൻ കഴിയാത്തവ. പ്രസീതയ്ക്കതു മനസ്സിലാവില്ല. തൂക്കിയെടുക്കുമ്പോൾ പൗലോസ് മതിക്കുന്ന വിലയാണ് അവളുടെ മാനദണ്ഡം.

തൂക്കിവില്ക്കാൻ പോലും പറ്റാത്തവയുമുണ്ടായിരുന്നു. പ്രസീതയ്ക്കു വിലയില്ലാത്തതായി. നാലാം ക്ലാസ്സിൽ പഠിക്കുമ്പോൾ കിട്ടിയ ആദ്യത്തെ കത്തു മുതൽ എല്ലാ കത്തുകളും സൂക്ഷിച്ചുവെക്കുന്നത് തനിക്കു വലിയ കാര്യമായിരുന്നു. വാടകവീടുകളിലെത്തിയപ്പോൾ ആദ്യത്തെ ചിട്ടയൊക്കെ നഷ്ടപ്പെട്ടുവെങ്കിലും ഒന്നും കളഞ്ഞു പോവരുതെന്ന് നിഷ്കർഷിച്ചു. ജീവിതത്തിൽ ഒരു കത്തുപോലും എഴുതാത്ത പ്രസീത ചോദിച്ചു.

എന്തിനാ ഈ കത്തുകളൊക്കെ ഇങ്ങനെ സൂക്ഷിച്ചുവെക്കണത്?

മരിക്കുന്നതിന്റെ തലേന്ന് എല്ലാം എടുത്തു വായിക്കാൻ...

പിറ്റേന്നു മരിക്കാൻ പോവുകയാണ് എന്നറിഞ്ഞാൽ അതിലും ഗൗരവമുള്ള എന്തെല്ലാം ചെയ്യാനുണ്ടാവും എന്നാണ് അപ്പോൾ പ്രസീത ചോദിച്ചത്.

മണിയെ ഒരാഴ്ചയായി കാണാനില്ലെന്ന് വീട്ടിൽനിന്നു വിവരം കിട്ടിയ ദിവസമായിരുന്നു. കലുഷമായ മനസ്സുമായാണ് വീട്ടിലെത്തിയത്. പൂമുഖത്ത് പ്രസീത ആകെ പൂത്തുലഞ്ഞു നില്ക്കുന്നു. അരികെ ഒരു പ്ലാസ്റ്റിക് ബക്കറ്റിൽ ഒരു കൂട്ടം കത്തുകൾ മുങ്ങിത്താഴുന്നു. ഏറ്റവും മുകളിൽ മണിയുടെ കത്ത് വെള്ളത്തിൽ കുതിർന്ന് നീലനിറം പരക്കുന്നു.

-ഞാനങ്ങോട്ടു വരുന്നുണ്ട്. ഒരു തൊഴിലുതേടി.

അത് മണിയുടെ ഒടുക്കത്തെ കത്തായിരുന്നു.

പ്രസീതയുടെ ഗർഭം രണ്ടാമതും അലസിപ്പോയിട്ട് അധികനാളായിരുന്നില്ല. ദുഃഖവും ദേഷ്യവും കടിച്ചിറക്കി അനങ്ങാതെ നിന്നു. തന്റെ ദൗർബല്യങ്ങളിൽ ഒന്നുപോലും പ്രസീത വകവെച്ചുതരാൻ പോവുന്നില്ലെന്ന് അന്നത്തോടെ ഉറപ്പായി.

അടുത്ത ആഴ്ചപ്പതിപ്പെടുത്തു.

തോണിയിൽ ചാരിനില്ക്കുന്ന പെണ്ണ്. മഞ്ഞ ബ്ളൗസും ലുങ്കിയും ധരിച്ച സുന്ദരി. ചിരപരിചിതമായ മുഖചിത്രം. തനിക്ക് പതിമൂന്ന് വയസ്സുള്ളപ്പോൾ വന്ന ആഴ്ചപ്പതിപ്പ്. എട്ടാം ക്ലാസ്സിൽ പഠിക്കുകയായിരുന്നു. രാത്രി വായിക്കാനിരിക്കുമ്പോൾ എത്ര പ്രാവശ്യം അതെടുത്തു നോക്കിയിട്ടുണ്ടെന്നറിയില്ല. പിന്നത്തെ വേനൽക്കാലം. നിലാമുറ്റത്ത് ഉണക്കാനിട്ടിരിക്കുന്ന എണ്ണമാങ്ങയിൽ കാക്ക കൊത്താതിരിക്കാൻ കാവലിരിക്കുന്ന ഉച്ചനേരം. അന്ന് ഈ മുഖചിത്രം തന്നെ കണ്ടുകൊണ്ട് മണിക്കൂറുകളോളം ഇരുന്നുപോയി. ലാളനകൾക്കും ഉമ്മകൾക്കുമപ്പുറം മറ്റെന്തോ കൂടിയുണ്ടെന്നറിഞ്ഞത് അന്നാണ്.

“എന്താ ഇരുന്ന് പകൽക്കിനാവ് കാണാ?” എന്നു ചോദിച്ചു മുകളിൽ കയറിയെത്തിയ രമണി. ആഴ്ചപ്പതിപ്പ് ബദ്ധപ്പെട്ട് ഒളിപ്പിച്ചുവെച്ചു. ചിരിച്ചുകൊണ്ടു നില്ക്കുന്ന രമണിയെ പകച്ചുനോക്കി. അവളെ ആദ്യമായി കാണുന്നതുപോലെ. അവൾ മൂന്നു ലോകങ്ങളിലും വെച്ച് സുന്ദരിയാണെന്നു തോന്നി.

തന്റെ ഭാവപ്പകർച്ച അവളിലേക്കും പടർന്നു. മുഖത്തെ ചിരിമാഞ്ഞു. എണ്ണമാങ്ങ കൊത്തുന്ന കാക്കയെ ആട്ടിക്കൊണ്ട് അവൾ തന്റെ നോട്ടത്തിൽ നിന്ന് ഒഴിഞ്ഞുമാറി. പിന്നിയിട്ട തലമുടി, മഞ്ഞയിൽ നീലപ്പൂക്കളുള്ള പാവാട.

വിറച്ചുകൊണ്ടാണ് പിന്നിൽ ചെന്നു നിന്നത്. തുളസിയിലയിട്ടു കാച്ചിയ എണ്ണയുടെ ഗന്ധം മൂക്കിൽ കയറി. രമണീ എന്നു വിളിച്ചുവോ ആവോ.

ശബ്ദം നഷ്ടപ്പെട്ടിരുന്നു. ബോധവും മങ്ങിയിരുന്നു. എന്തെല്ലാമോ നേടാൻ പോവുന്നു എന്നു മാത്രം ജ്വരം പൂണ്ടുനിന്നു.

വെയിലു മങ്ങി. ആകാശം ഇരുണ്ട് മഴ പെയ്തു തുടങ്ങിയത് എപ്പോഴാണെന്നറിയില്ല. പൂതുമണ്ണിന്റെ വാസന വായുവിൽ കനത്തുനിന്നു.

മഴ ഒന്നടങ്ങിയപ്പോൾ മറ്റേതോ ലോകത്തുനിന്ന് അമ്മയുടെ വിളി.

"-അപ്പൂ മാങ്ങ വീണ്ട്ട്ണ്ടാവും. ഒന്നു ചെന്നു നോക്ക്. ഒരു കൊട്ടേം കൊണ്ടുപൊക്കോ."

ഇടറിയ കാലുകളോടെ ഭൂമിയിലേക്കിറങ്ങിച്ചെന്നു. നിനച്ചിരിക്കാതെ പെയ്ത മഴയിൽ കുത്തിയൊലിച്ച മണ്ണിന്റെ താഴെ രതിമൂർച്ഛയിലെന്നപോലെ കിടക്കുന്ന മാവിലയും മാമ്പഴവും...

ഈ മുഖചിത്രം നോക്കിയിരിക്കുമ്പോൾ തനിക്ക് കൗമാരം തിരിച്ചു കിട്ടുന്നു. കവിതയെഴുതാൻ വെമ്പൽ പൂണ്ടതായിരുന്നു തന്റെ കൗമാരം. താനാരാധിച്ചിരുന്ന കവികളുടെ കവിതകൾ വന്ന ആഴ്ചപ്പതിപ്പുകളുടെ മുഖചിത്രങ്ങൾ മറക്കാറില്ല.

കാക്കയെക്കുറിച്ചായിരുന്നു ആദ്യമെഴുതിയ കവിത. ഒമ്പതു വരികൾ ഒരു വിധം മുക്കിമൂളിയൊപ്പിച്ചു. പത്താമത്തെ വരി കിട്ടാതെ നട്ടം തിരിഞ്ഞു. ഗതികെട്ട് വേറൊരാൾ കാക്കയെക്കുറിച്ചെഴുതിയ കവിതയിലെ ഒരു വരി മോഷ്ടിച്ചു. അതു കണ്ടുപിടിച്ചതിന് മണിയോട് പിണങ്ങി നടന്നു.

കവിതയെഴുത്ത് പിന്നെയും തുടർന്നു. ചിത്രശലഭങ്ങളെയും മിന്നാമിനുങ്ങിനെയും ഒന്നും വെറുതെ വിട്ടില്ല.

എഴുതിയ കവിതകൾ ആരെയാണ് കാണിച്ചുകൊടുക്കുക? അതൊരു പ്രശ്നമായിരുന്നു. കണ്ടെത്തിയത് അച്ഛനെയാണ്. അച്ഛൻ ആഴ്ചപ്പതിപ്പുകൾ ഒന്നും വിടാതെ വായിച്ചിരുന്നു. നേരിട്ട് കൈയിൽ കൊടുക്കാൻ ധൈര്യമുണ്ടായിരുന്നില്ല. അച്ഛന്റെ ചാരുകസേരയ്ക്കരികിലെ ടീപ്പോയിൽ അച്ഛനില്ലാത്ത നേരത്തു കൊണ്ടുവന്നു വെക്കും. അത് അച്ഛൻ വായിക്കുമെന്നും തന്നെ വിളിച്ചഭിനന്ദിക്കുമെന്നും ആദ്യം പ്രതീക്ഷിച്ചു. അത് ആഴ്ചപ്പതിപ്പിൽ അച്ചടിച്ചു വരുന്നതടക്കം സ്വപ്നം കണ്ടു.

അങ്ങനെയൊന്നും സംഭവിച്ചില്ല. മൂന്നോ നാലോ ദിവസങ്ങൾ കഴിഞ്ഞ് അച്ഛനില്ലാത്ത നേരം നോക്കി ടീപ്പോയിൽ നിന്നു തിരിച്ചെടുക്കും.

ആ കവിതകൾ അച്ഛൻ വായിച്ചിരുന്നുവോ? വായിച്ചിട്ട് അഭിപ്രായം പറയാതിരുന്നതാണോ? ഇപ്പോഴുമറിയില്ല.

അച്ഛൻ മരിക്കുമ്പോഴും ടീപ്പോയിൽ ഒരു കവിത കിടന്നിരുന്നു.

അന്ന് താൻ പത്താം ക്ലാസ്സിലായിരുന്നു. ആഴ്ചപ്പതിപ്പിൽ "വേരുകൾ" വന്നുകൊണ്ടിരുന്ന കാലം. രാവിലെ ആഴ്ചപ്പതിപ്പു വരാൻ കുറച്ചു വൈകി. അവസാനത്തെ അദ്ധ്യായമായിരുന്നു. വായിച്ചുതീർത്ത് പരീക്ഷയ്ക്ക് ഓടുകയാണ് ചെയ്തത്. ഒടുക്കത്തെ പരീക്ഷയായിരുന്നു.

രഘുവിന്റെ അച്ഛന്റെ മരണം തന്നെ തളർത്തി. ചോദ്യക്കടലാസ് കിട്ടിയപ്പോഴേക്കും മനസ്സുനിറയെ രഘുവിന്റെ അച്ഛനായിരുന്നു. ഒരു നോവലിലെ വെറുമൊരു കഥാപാത്രമാണെന്ന് മനസ്സ് നിർബന്ധപൂർവ്വം ഉരുവിട്ടിട്ടും രക്ഷ കിട്ടിയില്ല. ഇത്രയ്ക്കൊക്കെ വികാരാധീനനാവാൻ കാരണമെന്താണെന്ന് സ്വയം ചോദിച്ചു. തന്റെ അച്ഛനും തന്നോടു സ്നേഹം നടിക്കാത്തതുകൊണ്ടാണോ? അച്ഛനും ബലാശ്വഗന്ധാദി എണ്ണ തേക്കുന്നതുകൊണ്ടോണോ? ഉത്തരം കിട്ടിയില്ല. മനസ്സിന്റെ താളം തെറ്റിയപ്പോൾ ഉത്തരങ്ങളൊന്നും ശരിക്കെഴുതാൻ കഴിഞ്ഞില്ല.

പരീക്ഷയെഴുതി തിരിച്ചുവന്ന് 'വേരുക'ളുടെ അവസാന ലക്കം വീണ്ടും വീണ്ടും വായിച്ചു. രാത്രി ഉറക്കത്തിൽ ദുഃസ്വപ്നങ്ങൾ കണ്ട് ഇടയ്ക്കിടെയുണർന്നു. അപ്പോഴൊക്കെ അച്ഛനെ ഓർത്തു. അടുത്ത മുറിയിൽ അച്ഛൻ ഉറങ്ങിക്കിടക്കുകയാണ്. ഒരു വട്ടം ഉണർന്നപ്പോൾ ആ മുറിയിൽ ആരോ കരയുന്നതു പോലെ തോന്നി. അമ്മയാണോ? ഞെട്ടിയെഴുന്നേറ്റു. വാതിൽക്കൽ മുട്ടാൻ ധൈര്യം തോന്നിയില്ല. പുറത്തേക്കുള്ള വാതിൽ തുറന്ന് മുറ്റത്തിറങ്ങി. ജനാലയ്ക്കരികിൽ ചെന്ന് കർട്ടൻ വകഞ്ഞുമാറ്റി അകത്തേക്കു നോക്കി. അച്ഛനും അമ്മയും നല്ല ഉറക്കമാണ്.

എന്നിട്ടും സമാധാനം തോന്നിയില്ല. കുറെ നേരം അവിടെത്തന്നെ ചുറ്റിപ്പറ്റി നിന്നു. ഒടുവിൽ വിളിക്കാൻ തന്നെ തീരുമാനിച്ചു.

ഉണർന്നത് അമ്മയാണ്. വാതിൽ തുറന്നപ്പോൾ അകത്തുചെന്നു. കമ്പിറാന്തൽ കൊളുത്തി. അച്ഛൻ കട്ടിലിൽ വിയർത്തു കുളിച്ചു കിടക്കുന്നു. വായ തുറന്നാണ് കിടക്കുന്നത്. ഉടലാകെ തണുത്തിരിക്കുന്നു.

പരുക്കൻ പെരുമാറ്റത്തിലൂടെ അച്ഛനും തന്റെ ഉൽക്കർഷമായിരുന്നുവോ കാംക്ഷിച്ചിരുന്നത്? മരണംപോലും തന്റെ അവസാനത്തെ പരീക്ഷ കഴിഞ്ഞിട്ടാവാമെന്നു കരുതിയതാണോ?

ഇന്ന് വളരെ നാളുകൾക്കുശേഷം താൻ അച്ഛനെക്കുറിച്ചോർത്തുപോയി. തിരക്കു പിടിച്ച ജീവിതചര്യക്കിടയിൽ മനോരാജ്യം കാണാൻ പോലും സമയം കിട്ടാറില്ല. കാലത്തിന്റെ കാലൊച്ച അകലുന്തോറും ഓർമ്മകളുടെ തീവ്രത കുറയുന്നു.

അച്ഛന്റെ മരണത്തിനു ശേഷം എന്തെല്ലാം നടന്നു? തന്റെ ഉദ്യോഗലബ്ധി, വിവാഹം....

കാണുന്ന പെൺകുട്ടികളിലൊക്കെ ഭാവിഭാര്യയെ കണ്ടെത്താൻ ശ്രമിച്ചിരുന്ന കാലം. ഭാര്യയ്ക്കുവേണ്ട ഗുണങ്ങളിൽ ഏറ്റവും പ്രധാനം കഥയും കവിതയും വായിച്ചാസ്വദിക്കാനുള്ള കഴിവാണെന്ന് വിശ്വസിച്ചു. അതു തന്നെയാവാം ആദ്യരാത്രിയിൽ "യയാതി"യേക്കുറിച്ച് പ്രസീതയോട് പറയാൻ കാരണം. അവളതു വായിക്കുന്നില്ലെന്നറിഞ്ഞ് നിരാശ തോന്നി. തന്റെ കളിമ്പം അതുകൊണ്ടും തീർന്നില്ല. ആഴ്ചപ്പതിപ്പുകൾ തേടിപ്പിടിച്ച് അവളുടെ മുമ്പിൽ കൊണ്ടുവന്നുവെച്ചു. ഖാണ്ഡേക്കറെക്കുറിച്ച് ഒരു ലഘു

പ്രസംഗവും നടത്തി. വായിക്കുന്നതിനിടയിൽ ഒരിക്കൽ ചെന്നു നോക്കിയപ്പോൾ അവൾ "വിവാഹവേദി" തുറന്നുവെച്ച് ഇരിക്കുന്നു,

"നമുക്കും ഇങ്ങനെ ഒരു ഫോട്ടോ എടുത്ത് ഇതിൽ കൊടുക്കണം."

വിവാഹഫോട്ടോ എന്ന പ്രസ്ഥാനത്തിനു തന്നെ എതിരാണെന്ന് അപ്പോഴാണ് താൻ ഉൽഘോഷിച്ചത്. ഭാര്യയും ഭർത്താവും എപ്പോഴും ഒന്നാണ്. അത് മാലോകരെ ബോധ്യപ്പെടുത്തിക്കൊടുക്കേണ്ടത് ഈ ചിത്രംകൊണ്ടല്ല. പ്രവൃത്തികൊണ്ടാണ്. ജീവിതം കൊണ്ടാണ്. ആദർശത്തിന്റെ പരിവേഷം സ്വന്തം തലയ്ക്കു ചുറ്റും പരത്തിനിന്നു.

കഷ്ടം എന്ന് ഇപ്പോൾ തോന്നുന്നു. തന്റെ ദൗർബല്യങ്ങൾ വകവെച്ചു തരുന്നില്ല എന്നു പരാതിപ്പെടുന്ന താൻ അവളുടെ ഇത്തരം ചെറിയ ഇച്ഛകൾക്കുപോലും തടസ്സം നില്ക്കുകയായിരുന്നില്ലേ? സ്വന്തം ശാഠ്യങ്ങൾ സഫലീകരിച്ചു കാണാൻ തിടുക്കപ്പെട്ടപ്പോഴൊക്കെ പ്രസീതയുടെ ഇഷ്ടങ്ങൾ അവഗണിക്കുകയായിരുന്നില്ലേ?

തനിക്കു വിലപ്പെട്ട കത്തുകൾ അവൾ നശിപ്പിച്ചു കളഞ്ഞു. ഡയറികളും പ്രധാനസംഭവങ്ങളുള്ള പത്രങ്ങളും മേശവലിപ്പിൽ ചിതൽ തിന്നു തീർത്തതുകണ്ട് അവൾ ചിരിച്ചു. ഒക്കെയും അബോധപൂർവമായ ഒരു പകപോക്കലായിരുന്നില്ലേ?

വയ്യ. ഇരുന്നിരുന്ന് കൈയും കാലും കടയുന്നു. വേണ്ടതും വേണ്ടാത്തതും തരംതിരിക്കാൻ ഇനിയുമാവുന്നില്ല. മുന്നിലിരിക്കുന്ന കെട്ടുകളെ അയാൾ നിസ്സഹായനായി നോക്കി.

ഈ കുതൂഹലങ്ങൾ താൻ ഉപേക്ഷിക്കേണ്ടതായിരുന്നു. ഇടയ്ക്കിടെ വീടുമാറേണ്ടിവരുന്നവന് ഇത്തരം കമ്പങ്ങൾ ഭാരമാണ്. പുതിയ വീട്ടിലെ അസൗകര്യങ്ങളെക്കുറിച്ച് പ്രസീതയുടെ മുന്നറിയിപ്പ് കണക്കിലെടുക്കേണ്ടതായിരുന്നു.

പ്രസീത താഴെ അക്ഷമയോടെ കാത്തുനില്ക്കുകയാണ്. ടെംപോ പുറപ്പെടാൻ തയ്യാറായി നില്ക്കുന്നു. സമയം പിന്നെയും കടന്നുപോവുന്നു.

വേണ്ട, കൂടുതൽ ആലോചിക്കാതിരിക്കുകയാണ് നല്ലത്. പൗലോസിനെ മുകളിലേക്കു വിളിക്കാം. അയാൾ എല്ലാം തൂക്കിയെടുക്കട്ടെ.

അരികത്തിരിക്കുന്ന കെട്ടിൽ കൈകുത്തി എഴുന്നേറ്റപ്പോൾ ഏറ്റവും പൊക്കത്തിലുള്ള അടുക്ക് തുലനം തെറ്റി ചെരിഞ്ഞുവീണു. തിയതിയും ലക്കങ്ങളും ക്രമം തെറ്റിയ വലിയ ഒരടുക്ക്, കീറിപ്പോയ മുഖചിത്രങ്ങൾ. വിട്ടു പോന്ന താളുകൾ, തലങ്ങും വിലങ്ങും കുഴഞ്ഞുമറിഞ്ഞു കിടക്കുന്ന ആഴ്ചപ്പതിപ്പുകൾ...

അയാൾ തലയിൽ കൈവച്ചു.

രമ്യേ, അതൊക്കെ അവിടെ വെക്ക്, ഒന്നും കീറരുത്!

താൻ ഉറക്കെപ്പറഞ്ഞുപോയി എന്ന് അയാൾക്കു തോന്നി, ശ്വാസമടക്കിപ്പിടിച്ച് അയാൾ ചുറ്റിലും നോക്കി. ഇല്ല, പ്രസീത അടുത്തില്ല.

ആരും കേൾക്കരുത്. പ്രത്യേകിച്ച് പ്രസീത. കാരണം രമ്യയെ മറന്നുപോയതുപോലെയാണ് തങ്ങൾ പരസ്പരം പെരുമാറുന്നത്. ഈ കളിയിലെ നിസ്സാരകീഴ്‌വഴക്കങ്ങൾ ലംഘിക്കരുത്.

കളി തുടങ്ങിവെച്ചത് പ്രസീതയാണ്. കണ്ണീരു മാത്രമായി കമിഴ്ന്നു കിടന്ന രണ്ടാഴ്ചകൾക്കുശേഷം അവൾ എഴുന്നേറ്റു. ഒറ്റയ്ക്കിരിക്കുമ്പോഴും ഉറക്കത്തിലും അവൾ പിന്നെയും കരഞ്ഞു. ക്രമേണ പതിവുജീവിതത്തിലേക്ക് തിരിച്ചുവന്നു. പകലുകളും രാത്രികളും കുറെ കടന്നപ്പോൾ ശ്രമം കൂടാതെത്തന്നെ മറക്കാൻ തുടങ്ങിയിരുന്നു.

അങ്ങനെ ഒരു വൈകുന്നേരം തനിച്ചിരിക്കുമ്പോൾ രമ്യയെക്കുറിച്ചോർത്തു. അവളുടെ രൂപം സങ്കല്പിക്കാൻ ശ്രമിച്ചു. അപ്പോൾ വിയർത്തുപോയി. തനിക്ക് അവളുടെ മുഖം ഓർമ്മിക്കാനാവുന്നില്ല.

പ്രസീത കുളിക്കുകയായിരുന്നു. കിടപ്പുമുറിയിൽ ചെന്ന് അലമാരി തുറന്ന് ആൽബം പുറത്തെടുത്തു. ഹൃദയം ക്രമംതെറ്റി മിടിച്ചിരുന്നു. പേജുകൾ മറിച്ചപ്പോൾ രമ്യയുടെ ഒരു ചിത്രം പോലുമില്ല. പ്രസീത വളരെ ശ്രദ്ധാപൂർവ്വം എല്ലാം നീക്കം ചെയ്തിരിക്കുന്നു.

വേറെ എവിടേക്കെങ്കിലും മാറ്റി വെച്ചിട്ടുണ്ടാവുമോ? ചോദിക്കാൻ ധൈര്യം തോന്നിയില്ല. കാരണം രമ്യയുടെ ഉടുപ്പുകളും കളിപ്പാട്ടങ്ങളും അതിനു മുമ്പുതന്നെ അലമാരയിൽ നിന്ന് അപ്രത്യക്ഷമായിരുന്നു. കുളികഴിഞ്ഞ് ഈറൻ മാറാൻ പ്രസീത മുറിയിൽ വന്നപ്പോൾ ഒന്നും അറിഞ്ഞില്ലെന്നു നടിച്ച് പുറത്തു കടന്നു.

രമ്യയ്ക്ക് ആഴ്ചപ്പതിപ്പുകൾ ഇഷ്ടമായിരുന്നു. കാലുനീട്ടിയിരുന്ന് ആഴ്ചപ്പതിപ്പുകൾ മലർത്തിവെയ്ക്കും. ആയിടയ്ക്ക് അവളുടെ അതേ മുഖച്ഛായയുള്ള ഒരു കുട്ടിയുടെ ചിത്രം ബാലപംക്തിയിൽ വന്നു. ആശ എന്നു പേരുള്ള കുട്ടി. രമ്യയുടെ ചിത്രം എവിടെ എന്നു ചോദിച്ചാൽ അവൾ ഓടിപ്പോയി ആഴ്ചപ്പതിപ്പെടുത്തുകൊണ്ടുവന്നു നിവർത്തിവെക്കും. രമ്യയല്ല അത് ആശയാണ് എന്നു പറഞ്ഞാൽ സമ്മതിക്കില്ല. "അമ്യ അമ്യ" എന്ന് വീണ്ടും വീണ്ടും പറഞ്ഞുറപ്പിക്കും.

ആ ആഴ്ചപ്പതിപ്പ് എവിടെ?

കുഴഞ്ഞുവീണ ആഴ്ചപ്പതിപ്പുകളുടെ മുന്നിൽ വീണ്ടും ഇരുന്നു. തിയതി ഓർമ്മയില്ല. ഉണ്ടെങ്കിൽത്തന്നെ ക്രമം തെറ്റിയ അടുക്കിൽ നിന്ന് അതു കണ്ടെത്തുക എളുപ്പമല്ല. ആഴ്ചപ്പതിപ്പുകളിലേക്ക് അയാൾ വിടർന്ന കണ്ണുകളോടെ നോക്കി. മുന്നിലെ പുസ്തകക്കൂമ്പാരം പൊടുന്നനെ വലിയൊരു നിധിയായി മാറിയിരിക്കുന്നു.

അയാൾ ബദ്ധപ്പെട്ട് ഒരാഴ്ചപ്പതിപ്പ് കൈയിലെടുത്തു. ബാലപംക്തി നിവർത്തിനോക്കി. പിന്നെ ഓരോ ആഴ്ചപ്പതിപ്പായി എടുക്കുകയും ബാലപംക്തി തിരയുകയും മടക്കിവെക്കുകയും ചെയ്തുകൊണ്ടിരുന്നു. ആഴമറിയാത്ത കയത്തിൽ മുങ്ങാൻ പോവുകയാണെന്നും ശ്വാസത്തിനു വേണ്ടി

നീന്തിത്തുടിക്കാൻ പോവുകയാണെന്നും അയാൾക്കു തോന്നി. ഇതു കിട്ടി യില്ലെങ്കിൽ ഇനി ജീവിച്ചിട്ടെന്ത്?

ഭ്രാന്തമായ തിരിച്ചിലിനിടയിൽ അയാൾ കിതയ്ക്കുന്നുണ്ടായിരുന്നു. തലയിൽ നിന്നു പുറപ്പെട്ട വിയർപ്പുചാലുകൾ താഴേക്കൊഴുകി. എന്താണ് താൻ ചെയ്തുകൊണ്ടിരിക്കുന്നതെന്നുകൂടി ഒരു വേള അയാൾക്കു ചിന്തിക്കേണ്ടി വന്നു. മറന്നുപോയ ഒരു മുഖം തപ്പുന്നതിനിടയിൽ അതു തനിക്കു കണ്ടെത്താൻ കഴിയാതെ കടന്നുപോയോ എന്നു സംശയിച്ച് മറ്റൊരു വേള അന്തംവിട്ടിരുന്നു.

തളർച്ച സഹിക്കാനാവാതെ അയാൾ വിറച്ചു തുടങ്ങി. താഴെനിന്ന് ടെംപോക്കാരൻ ഹോണടിച്ചുവെന്നു തോന്നി. കോണിപ്പടികൾ ശബ്ദി ക്കുന്നുണ്ടോ? പ്രസീത വീണ്ടും വരികയാണോ?

ആരു വന്നാലും എന്റെ കുട്ടീ, നിന്നെ ഉപേക്ഷിച്ച് ഞാൻ എങ്ങും പോവില്ല -- ഇതു സത്യം.....

വലിച്ചെടുക്കുകയും താളുകൾ മറിക്കുകയും വലിച്ചെറിഞ്ഞ് പുതിയ തെടുക്കുകയും ചെയ്തുകൊണ്ടിരിക്കുന്നതിനിടയിൽ ഒടുവിൽ അതാ...

ആ പേജ് നിവർത്തിപ്പിടിച്ച് അയാൾ കുനിഞ്ഞിരുന്നു.

സമയം കടന്നുപോയത് അറിഞ്ഞില്ല.

കോണിപ്പടികളുടെ ശബ്ദം കേട്ടപ്പോൾ പുറംതിരിഞ്ഞിരുന്നു. പ്രസീത അറിയരുത്. അവൾ അടുത്തെത്തിയപ്പോൾ മുഖം തിരിക്കാതെ പറഞ്ഞു.

പൗലോസിനെ വിളിച്ചോളൂ. വേണ്ടതൊക്കെ മാറ്റിവെച്ചിട്ടുണ്ട്.

ശബ്ദം സാധാരണ നിലയിലാക്കാൻ അയാൾ പണിപ്പെട്ടു. പ്രസീത തന്റെ തൊട്ടുപിന്നിൽ എത്തിനിന്നത് അയാളറിഞ്ഞു. അവളുടെ ശബ്ദം പതറിയിരുന്നു.

പൗലോസിനെ ഞാൻ മടക്കിയയച്ചു.

അയാൾ തിരിഞ്ഞു നോക്കിയില്ല. പ്രസീത തുടർന്നു.

ഇതൊക്കെ നമുക്ക് കെട്ടിയെടുക്കാം. ടെംപോവിൽ സ്ഥലമുണ്ട്.

ഡ്രൈവർ അപ്പോഴേക്കും മുകളിൽ എത്തിക്കഴിഞ്ഞിരുന്നു. കൈ യിലെ ആഴ്ചപ്പതിപ്പ് കൂട്ടത്തിൽ വെച്ച് അയാൾ തിടുക്കത്തിൽ കോണി യിറങ്ങി. പ്രസീത ഡ്രൈവർക്ക് നിർദ്ദേശങ്ങൾ കൊടുത്ത് അവിടെത്തന്നെ നിന്നു.

വാഷ്ബേസിന്റെ അടുത്തുപോയി അയാൾ മുഖം കഴുകി. ഒരു ശീലം പോലെ കണ്ണാടിയിൽ നോക്കാൻ മുഖമുയർത്തിയപ്പോഴാണ് കണ്ണാടി അഴിച്ചുവെച്ച കഥ ഓർമ്മവന്നത്. മുറികളെല്ലാം ശൂന്യമായിരിക്കുന്നു. ഇടാ നുള്ള ഷർട്ടും മുണ്ടും പ്രസീത പൂമുഖത്തിണ്ണയിൽ എടുത്തു വെച്ചി ട്ടുണ്ട്.

കെട്ടുകൾ കയറ്റിക്കഴിഞ്ഞപ്പോൾ ടെംപോ പുറപ്പെടാൻ തയ്യാറായി. പൂമുഖത്തേക്കുള്ള വാതിലടച്ച് അയാൾ താഴിട്ടു പൂട്ടി. ടെംപോയുടെ പിൻ സീറ്റിൽ പ്രസീത കയറിയിരിപ്പുണ്ടായിരുന്നു. ഒപ്പം ഇരുന്നപ്പോൾ പുറപ്പെടാൻ അയാൾ ഡ്രൈവർക്ക് നിർദ്ദേശം കൊടുത്തു.

വണ്ടി ഇളകിയപ്പോഴാണ് അയാൾ പ്രസീതയുടെ മടിയിൽ കിടക്കുന്ന ആഴ്ചപ്പതിപ്പ് കണ്ടത്. അതു കണ്ടില്ലെന്ന് നടിക്കുകയാണ് കളിയിലെ കീഴ്‌വഴക്കം എന്ന് അയാൾക്കറിയാമായിരുന്നു. ഒമ്പതു വർഷത്തോളം ഇടപഴകിയ പ്രദേശത്തോട് മൗനമായി യാത്ര പറയാനെന്നോണം അയാൾ പുറത്തേക്കു നോക്കി.

പ്രസീത മുഖമുയർത്തി അയാളെ നോക്കിയതും അതേ നിമിഷത്തിലായിരുന്നു. പോക്കുവെയിലേറ്റ് അയാളുടെ മുഖം തുടുത്തിരുന്നു. പിൻവാങ്ങിയ മിഴികൾ വീണ്ടും ചെന്നുപതിച്ചത് ആഴ്ചപ്പതിപ്പിലാണ്. പിന്നെ അയാളുടെ മടിയിലേക്കു തലചായ്ച്ച് യാത്ര തീരുംവരെ അവൾ കരഞ്ഞു.

■

www.ingramcontent.com/pod-product-compliance
Lightning Source LLC
LaVergne TN
LVHW041540070526
838199LV00046B/1761
* 9 7 8 9 3 8 6 4 4 0 8 9 1 *